കഴുമരത്തിലേക്കുള്ള വഴി

AF581488

ജോൺസൺ ഇരിങ്ങോൾ

INDIA • SINGAPORE • MALAYSIA

Copyright © Johnson Iringole 2025
All Rights Reserved.

ISBN 979-8-89610-775-0

This book has been published with all efforts taken to make the material error-free after the consent of the author. However, the author and the publisher do not assume and hereby disclaim any liability to any party for any loss, damage, or disruption caused by errors or omissions, whether such errors or omissions result from negligence, accident, or any other cause.

While every effort has been made to avoid any mistake or omission, this publication is being sold on the condition and understanding that neither the author nor the publishers or printers would be liable in any manner to any person by reason of any mistake or omission in this publication or for any action taken or omitted to be taken or advice rendered or accepted on the basis of this work. For any defect in printing or binding the publishers will be liable only to replace the defective copy by another copy of this work then available.

ഉള്ളടക്കം

ആമുഖം

ജനിക്കാതിരുന്നുവെങ്കിൽ എന്ന് മനുഷ്യൻ ഉണ്ടായകാലം മുതൽ ആഗ്രഹിക്കുന്നു. ഇരുപത്തിയൊന്നാം നൂറ്റാണ്ടിൽ പോലും അതു തന്നെ ചിന്തിച്ചു പോകുന്നു. ഓടുന്ന വാഹനത്തിലിരിക്കുന്ന ഒരാൾ പിന്നിലേക്ക് ഓടിമറയുന്ന ദൃശ്യം കാണുന്നപോലെ ഡിജിറ്റൽ കാലം മുന്നിലേക്ക് കുതിക്കുമ്പോഴും നമ്മുടെ സംസ്ക്കാരങ്ങളും, രാഷ്ട്രീയവും, മതവിശ്വാസങ്ങളും മനുഷ്യനെ പിന്നിലേക്ക് കൈപിടിച്ച് നടത്തുകയാണോ എന്ന് സമകാലിക ചുറ്റുപാടുകൾ തോന്നിപ്പിക്കുന്നിടത്ത് വിരിയുന്ന ഒരു പൂവിലെ ഓരോ ദളങ്ങളാണ് ഈ കഥാസമാഹാരം എന്ന് പറയട്ടെ. എല്ലാ കാലത്തും ന്യൂജനറേഷൻ ഉണ്ടായിരുന്നുവെങ്കിലും ഞാൻ ന്യൂജനറേഷൻ ആണ് എന്ന് ചെറിയവായിൽ വലിയ വർത്തമാനം പറയുന്നവർ പെരുകിയകാലം. എന്നാൽ ലോകത്തിൽ ഏറ്റവും വലിയ ടെക്നോളജിയും കണ്ട ഒരു തലമുറയാണ് ഞാൻ എന്ന് പറഞ്ഞാൽ തെറ്റുണ്ടോ? ഒരു നാൽപത് വർഷം മാത്രമേ ഇത്രയും ടെക്നോളജിയുടെ കാലം പിറന്നിട്ട് ആയികാണുകയുള്ളൂ എന്ന് അഭിമാനത്തോടെ ഞാൻ പറയുന്നു. എന്നാൽ ഈ അഭിമാനത്തിൽ തന്നെ ചുറ്റുപാടുകൾ ഒരുപാട് വേദനകൾ വാരി വിതറുന്ന കാഴ്ചകൾ എഴുത്തിലേക്ക് എന്നെ നയിക്കുന്നു.

ഈ കഥകൾ ഓരോന്നും പല പല സാഹിത്യ കൂട്ടായ്മകളുടെ പ്രോഗ്രാമുകളിലേക്കായി കുറിച്ചതാണ് എന്നാൽ ഇതിലെ ഒട്ടുമിക്ക കഥകളും സമകാലി മാഗസിനുകൾ പ്രസിദ്ധീകരിച്ചിരുന്നു എന്ന കാര്യം പറയുവാൻ ആഗ്രഹിക്കുന്നു. മാത്രമല്ല ഇതിൽ ചിലതിന് അവാർഡുകളും ലഭിച്ചിരുന്നു. ഇതിലെ ഓരോ കഥകളും തികച്ചും സാങ്കൽപികമാണ്. ഇതിലെ കഥകൾ വ്യക്തികളെയോ പ്രസ്ഥാനങ്ങളെയോ പരാമർശിക്കുന്നതായി തോന്നിയാൽ കഥയുടെ യാഥാർത്ഥ്യങ്ങളായി കാണുക.

സാമൂഹിക, രാഷ്ട്രീയ, സാഹിത്യ മേഖലയിൽ കഥകളും, കവിതകളും, നോവലെറ്റുകളും തുടങ്ങിയവയിൽ തിളങ്ങി നിൽക്കുന്ന പ്രിയസുഹൃത്ത് ശ്രീമതി. രവിത ഹരിദാസ് വളരെ തിരക്കുകളുടെ മദ്ധ്യത്തിലും എഡിറ്റിംങ് നടത്തി അവതാരിക എഴുതി സഹായിച്ചതിന് പ്രത്യേക നന്ദി. പ്രിയപ്പെട്ട എന്റെ ഓരോ വായനക്കാർക്കും മുന്നിൽ ഞാൻ ഈ കഥാസമാഹാരവും മറ്റു പുസ്തകങ്ങൾക്കൊപ്പം സമർപ്പിക്കുന്നു. നന്ദി.

സമർപ്പണം

മൺമറഞ്ഞ മാതാപിതാക്കളുടെ ഓർമ്മകൾക്കു മുമ്പിൽ, എന്നെ പ്രോത്സാഹിപ്പിച്ച് കൂടെ നിൽക്കുന്ന എല്ലാ നല്ല ഹൃദയങ്ങൾക്കും മുന്നിൽ ഈ കഥാസമാഹാരവും സമർപ്പിക്കുന്നു.

ജോൺസൺ ഇരിങ്ങോൾ

എറണാകുളം ജില്ലയിൽ പെരുമ്പാവൂരിനടുത്ത് ഇരിങ്ങോൾ ഗ്രാമത്തിൽ പാറയ്ക്കൽ മത്തായിയുടെയും അന്നമ്മയുടെയും അഞ്ച് മക്കളിൽ രണ്ടാമനായി 1967 ജൂൺ മാസം 20-ാം തീയതി ജനനം. ഗവൺമെന്റ് ഡയറ്റ് സ്കൂൾ കുറുപ്പംപടി, എം.ജി.എം.എച്ച്.എസ്.എസ്. കുറുപ്പംപടി, മൂക്കന്നൂർ ബാല നഗർ ഇൻസ്റ്റിറ്റ്യൂട്ട് എന്നിവിടങ്ങളിൽ വിദ്യാഭ്യാസം. പാലക്കാട് വാളയാർ മലബാർ സിമന്റ്സ് അപ്രന്റിസ്ഷിപ്പിനു ശേഷം കോയമ്പത്തൂർ, ഡൽഹി, ദുബായ്, അബുദാബി, ഖത്തർ എന്നിവിടങ്ങളിൽ ജോലി ചെയ്തു.

പുസ്തകം : നിഴൽകൂത്ത് (നോവൽ 2016)
തീപ്പാളങ്ങൾ (നോവൽ 2019)

ഭാര്യ : ജെസ്സി ജോൺ

മക്കൾ : ജീസ് ജോൺ, ജീനോ ജോൺ

വിലാസം : ജോൺ പി.എം.
പാറയ്ക്കൽ വീട്
ഇരിങ്ങോൾ പി.ഒ
പീച്ചനാം മുകൾ
പെരുമ്പാവൂർ, പിൻ: 683 548

ഫോൺ : 9961997313
ഇ-മെയിൽ : johnsonparakkal146@gmail.com

പുരസ്കാരങ്ങൾ : ഇന്റർനാഷ്ണൽ ആമസോൺ 2023. ഭാരത് സേവക് സമാജ് നാഷ്ണൽ (B.S.S) 2023. നവഭാവന ചാരിറ്റബിൾ ട്രസ്റ്റ് നൽകിയ കാക്കനാടൻ പുരസ്ക്കാരം 2023. കോതമംഗലം KL-44 സർഗ്ഗ വേദിയുടെ കഥാപുസ്ക്കാരങ്ങൾ 2023. പെരുമ്പാവൂർ ആശാൻ സ്മാരക സാഹിത്യ വേദിയുടെ കഥാപുരസ്കാരം 2024.

കഥകളിലൂടെ

കഥയും കഥാപാത്രങ്ങളും വായനക്കാരനുമായി നേരിട്ട് സംവദിക്കുകയും, വായനക്കാരൻ കഥയിലേക്ക് ഇറങ്ങി ചെല്ലുകയും ചെയ്യുമ്പോഴാണ് വായന വിശാലമായ മേച്ചിൽപ്പുറങ്ങൾ തേടുന്നത്. എഴുതുക എന്നത് എഴുത്തുകാരന്റെ ധാർമ്മിക ഉത്തരവാദിത്വമാണ്. എഴുത്തുകാരന്റെ അനുഭവ പരിസരങ്ങളുമായി സംവദിച്ച് എഴുത്ത് എന്ന പ്രക്രിയ നിരന്തരം പുതുക്കപ്പെട്ടുകൊണ്ടിരിക്കുന്നു. താൻ ജീവിച്ചിരിക്കുന്ന സമൂഹത്തിലേക്ക് അതി വൈകാരികതയോടെ തുറന്നു പിടിച്ച കണ്ണുമായി തന്റേതായ രീതിയിൽ ജീവിതം പറയുകയാണ് ജോൺസൺ ഇരിങ്ങോൾ എന്ന കഥാകാരൻ. നാം ജീവിക്കുന്ന യഥാർത്ഥ ലോകത്തെ ഭാവനാപൂർണ്ണമായ ചിന്തകളാൽ സമ്പന്നമാക്കുമ്പോൾ കഥാകാരന്റെ താത്പര്യമനുസരിച്ച് കഥകൾ പിറക്കുന്നു. പുതുകാലത്തിന്റെ എഴുത്തു രീതികളെക്കാളുപരി, സാധാരണക്കാരന്റെ സഹജീവി സ്നേഹത്തിന്റെ സാക്ഷ്യപത്രമായി ഈ കഥകൾ മാറുന്നത് അതുകൊണ്ടാണ്. പ്രായവും, ജീവിത സാഹചര്യങ്ങളും സ്വന്തം താത്പര്യങ്ങൾക്കും ഇഷ്ടങ്ങൾക്കും തടസ്സമാകരുതെന്ന് ഈ പുസ്തകത്തിലെ കഥകൾ നമ്മെ ഓർമ്മിപ്പിക്കുന്നുണ്ട്.

തലമുറകൾക്കിടയിലെ വ്യത്യസ്തമായ ചിന്താധാരകൾ ജീവിതത്തെ നോക്കിക്കാണുന്നതും വ്യത്യസ്തമായിരിക്കും. മക്കൾക്കായി ഒരായുഷ്ക്കാലം മുവുവൻ പണിയെടുത്ത് നേടിയത് സമ്പാദിച്ചു വയ്ക്കുമ്പോഴും, പരമ്പരാഗത സ്വത്തുക്കൾ ബന്ധുജനങ്ങൽക്ക് പങ്കിടാൻ കൂട്ടാക്കാതെ മക്കൾക്ക് കാത്തുവയ്ക്കുമ്പോഴും, മക്കളുടെ സ്നേഹവും, സാമീപ്യവും ലഭിക്കാതെ ഒറ്റപ്പെടുന്ന മാതാപിതാക്കൾ ഇന്ന് നമുക്കിടയിൽ ഏറിവരികയാണ്. ആ സത്യത്തെ മാനസാന്തരപ്പെട്ട മകനിലൂടെ കാണിച്ചുതരാൻ 'ഒരു ജാതി വിവാഹം' എന്ന കഥയ്ക്കു കഴിഞ്ഞിട്ടുണ്ട്.

പ്രായപൂർത്തിയായ ഏതൊരാണിനും പെണ്ണിനും വിവാഹമെന്ന ഉടമ്പടിയില്ലാതെ ഒരുമിച്ചു ജീവിക്കാമെന്ന നിയമം പ്രാബല്യത്തിൽ വന്നതോടെ ബലിയാടാകേണ്ടി വന്ന കുടുംബസ്ഥനായ ഒരുവന്റെ കഥയാണ് 'കഴുമരത്തിലേക്കുള്ള വഴി' ജയിലിലെ അനുഭവങ്ങളെ കൃത്യമായി വിവരിച്ചുകൊണ്ട് തുടങ്ങുന്ന കഥയിൽ കുടുംബബന്ധങ്ങൾക്ക് ഏറെ പ്രാധാന്യം നൽകുന്ന സത്യവിശ്വാസിയായ എഴുത്തുകാരന്റെ ആത്മാംശം തെളിഞ്ഞു കാണാം.

പള്ളി ഇടവകയിലെ കുടുംബങ്ങളും ഇടവക വികാരിയും, കപ്യാരുമടങ്ങുന്ന വിശേഷങ്ങളെ ഹാസ്യാത്മകമായി അവതരിപ്പിക്കുകയും, ഇതൊക്കെയാണ് സമൂഹത്തിൽ നടക്കുന്ന കൊള്ളരുതായ്മകൾ എന്ന് വ്യംഗ്യന്തരേണ സൂചിപ്പിക്കുകയും ചെയ്യുന്ന കഥയാണ് "അച്ചനും കപ്യാരും".

"നിവേദനം" എന്ന കഥയിൽ മദ്യപാനം മൂലം എല്ലാം നഷ്ടപ്പെട്ട മുരളി എന്ന പ്രവാസി കോവിഡ് കാലത്ത് താൻ നേരിട്ട പ്രശ്നങ്ങൾ തന്റെ ഒറ്റപ്പെടൽ മറ്റുള്ളവർക്കും സംഭവിക്കാതിരിക്കട്ടെ എന്ന തോന്നലിൽ സർക്കാരിന് കത്തെഴുതുന്നു. മദ്യവർജ്ജനവും ബോധവൽക്കരവുമാണ് മുരളി മന്ത്രിയ്ക്കുള്ള നിവേദനത്തിൽ ഉദ്ദേശി

ക്കുന്നതെങ്കിലും, മദ്യപാനായ ഒരുവന് സർക്കാർ സംവിധാനങ്ങൾ മദ്യം ലഭ്യമാക്കേണ്ടതില്ല എന്ന നിലയിലാണ് കത്ത് മുന്നോട്ടു പോകുന്നത്. മദ്യവർജ്ജനം നടപ്പിലാക്കുക എന്നതിലൂടെ എല്ലാവരും നല്ലവരാകട്ടെ (അത് ഒരിക്കലും സാധിക്കില്ല എങ്കിലും) എന്ന വലിയ ലക്ഷ്യവും കഥാകൃത്തിനെ മുന്നോട്ട് നയിക്കുന്നു.

"ബ്രിജാള" എന്ന കഥയിൽ ബ്രിട്ടീഷുകാരിൽ നിന്നും, രാജഭരണത്തിൽ നിന്നും നമുക്ക് സ്വാതന്ത്ര്യം ലഭിച്ചു എങ്കിലും അധികാര വർഗ്ഗമായ മേലാളൻമാരിൽ നിന്നും നമുക്ക് ഇപ്പോഴും മുക്തി ലഭിച്ചിട്ടില്ല എന്ന് ഓർമ്മിപ്പിക്കുന്നു.

'കളിയും, കാര്യവും' എന്ന കഥയിലാകട്ടെ പലവിധ സൗകര്യങ്ങൾ ജീവിതം സുഗമമാക്കാൻ ലഭ്യമായിട്ടുള്ളതിനാൽ ശാരീരികാദ്ധ്വാനമില്ലാത്തതിന് വ്യായാമം ചെയ്യണമെന്നു തീരുമാനിച്ച മത്തായിച്ചന്റെ രസകരമായ ഒരു ദിവസത്തെ കഥയാണ്. ആക്ഷേപഹാസ്യത്തിലൂടെ മത്തായിച്ചന്റെ രാവിലത്തെ നടക്കാനിറങ്ങലും അമളിയും സരസമായവതരിപ്പിച്ചിട്ടുണ്ട്.

നാട്ടിൽ പെരുകുന്ന വൃദ്ധസദനങ്ങളിലെ കഥയാണ് 'നനയുന്ന കട്ടിൽ' എന്ന കഥയിലൂടെ പറയുന്നത്. മക്കളുടെ സാമീപ്യം കൊതിച്ച് വീടെന്ന സ്വപ്നം നെഞ്ചിലടുക്കി നിശ്ശബ്ദം കണ്ണീരൊഴുക്കുന്ന മാതാപിതാക്കൾ ഒരു നൊമ്പരമായി നമ്മുടെ ഉള്ളിലും നിറയുന്നു.

'കാടിന്റെ മക്കൾ' എന്ന കഥ വായനക്കാരന്റെയുള്ളിലും ഒരു വേദനയായി നിറയുന്ന ഒന്നാണ്. പ്രസവത്തിനായി ഭാര്യയെ അഡ്മിറ്റു ചെയ്ത സർക്കാരാശുപത്രിയിലെ കൂട്ടിരിപ്പുകാർക്കിടയിൽ വിയർത്തു നാറിയ, മുഷിഞ്ഞ വസ്ത്രധാരിയായി ആദിവാസി യുവാവിന് നേരിടേണ്ടി വന്ന അവഗണനയുടെ ജാതി വേർതിരിവിന്റെ അനുഭവം മനസ്സ് മരവിപ്പിക്കുന്നതാണ്. വാദിയെ പ്രതിയാക്കുന്ന സമൂഹത്തിനു മുമ്പിൽ കാടിന്റെ മക്കളായ വിശന്നു മരിച്ച മധുവും, വേഷം കൊണ്ട് കള്ളനാക്കപ്പെട്ട സ്വാമിനാഥനും നീതിയ്ക്കായി പൊരുതുന്നവരായി നിലകൊള്ളുന്നു.

ലഹരിയുടെ ദൂഷ്യവശങ്ങളെക്കുറിച്ച് ഓർമ്മപ്പെടുത്തുന്ന 'ലഹരി പതയും യവ്വനം' എന്ന കഥയിൽ മക്കളുടെ ശാഠ്യങ്ങൾക്കു മുമ്പിൽ എന്തും സമ്മതിക്കുന്ന മാതാപിതാക്കളുടെ ദുരവസ്ഥയും വരച്ചു കാണിക്കുന്നു.

'അരിക്കൊമ്പൻ' എന്ന കഥയിൽ സമകാലീന സംഭവങ്ങളുടെ വൈകാരികമായ വിവരണത്തിലൂടെ മനസ്സിനെ മഥിക്കുന്ന അരിക്കൊമ്പനെയും. ചക്കക്കൊമ്പനെയും കാണാനാകും. ഭാവിയുടെ വാഗ്ദാനങ്ങളായ വിദ്യാർത്ഥികളെ വാർത്തെടുക്കുന്നതിൽ വ്യാപൃതരായ അദ്ധ്യാപകരിലെ ഭേദഭാവങ്ങളെ തുറന്നു കാട്ടുന്ന കഥയാണ് 'ഭാവി വാഗ്ദാനം.

ഇത്തരത്തിൽ ചിരിക്കുകയും, ചിന്തിപ്പിക്കുകയും ചെയ്യുന്ന കുറച്ചു കഥകളുമായി ശ്രീ. ജോൺസൺ ഇരിങ്ങോൾ നമുക്ക് മുമ്പിലെത്തുന്നു.

മാനവ ജീവിതത്തിന്റെ അസാമാന്യ ഉൾക്കാഴ്ച്ചയോടെ കഥകളെ സമീപിക്കുന്ന എഴുത്തുകാരുള്ള ഈ ഇരുപത്തിയൊന്നാം നൂറ്റാണ്ടിൽ താൻ ജീവിച്ച കാലത്തെ അനുഭവ പരിസരങ്ങളെ പുനർ നിർമ്മിക്കാൻ കഥാകാരൻ ശ്രമിക്കുകയാണ്. ആ ശ്രമ

ത്തിൽ തനിയ്ക്ക് പറയാനുള്ളതെല്ലാം കഥാപാത്രങ്ങളിലൂടെ ചേർത്തുവയ്ക്കുമ്പോൾ ജീവിതാവിഷ്കാരങ്ങൾ വിഭിന്നമായ രൂപത്തിൽ പുറത്തു വരുന്നു. സാധാരണക്കാരന്റെ നിസ്സഹായതകളിൽ നിന്ന് പിറവിയെടുത്ത കഥകളെ സാധാരണക്കാരന്റെ ഭാഷയിൽ അവതരിപ്പിക്കുകയെന്ന ലാളിത്യം ഈ പുസ്തകത്തെ സമ്പന്നമാക്കുന്നുണ്ട്.

ഇനിയും ജീവസ്സുറ്റ കഥകളാൽ സാഹിത്യലോകത്തെ സമ്പുഷ്ടമാക്കാൻ ശ്രീ. ജോൺസൺ ഇരിങ്ങോൾ എന്ന കഥാകൃത്തിനു സാധിക്കട്ടെ എന്നാശംസിക്കുന്നു. വായനാലോകത്തേക്ക് ഏറെ സന്തോഷത്തോടെ ഈ പുസ്തകത്തെ ചേർത്തു വയ്ക്കുന്നു. വ്യത്യസ്തമായ വായനകൾ ഉണ്ടാവട്ടെ...

ആശംസകളോടെ,

രവിത ഹരിദാസ്

1
ഭാവി വാഗ്ദാനം

പ്രവേശന കവാടത്തിൽ വിശിഷ്ടാതിഥിയായ മന്ത്രിയുടെ പടം ഉൾപ്പെടുത്തിയുള്ള വലിയ ബോർഡ് സ്ഥാപിക്കുന്ന തിരക്ക്. അവിടുന്ന് കളിസ്ഥലം വഴിവേണം ഹാളിലെത്താൻ. അതിനുള്ള വഴി ഒരുക്കുവാനായി കഴകൾ കുഴിച്ചിട്ട് തോരണം കെട്ടലും ബലൂൺ ഒരുക്കലുമായി അദ്ധ്യാപകരും പി.ടി,എയും എൻ.സി.സി, സ്കൗട്ട് ആന്റ് ഗൈഡ്, എൻ.എസ്.എസ്, ജെ.ആർ.സി തുടങ്ങിയ ഗ്രൂപ്പു കളിലായുള്ള കുട്ടികളും പിറ്റേന്ന് നടക്കേണ്ട പരിപാടി ആയതിനാൽ രാത്രി തന്നെ ക്രമീകരിക്കാനുള്ള ബദ്ധപ്പാടിലാണ്. കുട്ടികൾക്കും ടീച്ചേഴ്സിനും ഭക്ഷണം വാങ്ങാനായി അദ്ധ്യാപകരും, പി.ടി.എയും, ആഫീസ് സ്റ്റാഫുകളും ഒന്ന് രണ്ട് കാറിലായി വെളിയിലേക്ക് പോയി. ടീച്ചേഴ്സിനറിയാം അവർ ഭക്ഷണം വാങ്ങാൻ വേണ്ടി മാത്രം പോയതല്ല. അവർക്കും സ്വകാര്യ ഇന്ധനം നിറയ്ക്കണം. ഇതൊന്നും ഇഷ്ടപ്പെടാത്ത ചില ടീച്ചേഴ്സ് പറഞ്ഞു.

'ഇതെല്ലാം തെണ്ടിത്തരം അല്ലേ? അതും ഈ കുട്ടികളുടെ കൂടെ നിൽക്കുമ്പോൾ'.

മറ്റൊരു ടീച്ചർ പറഞ്ഞു. 'അതിന് കൂടെ എച്ച്.എം. പോയിട്ടുണ്ട്'.

'അതുകൊണ്ട്'.

'ആണുങ്ങളല്ലേ ടീച്ചറേ വിട്ട് കള.' ആണുങ്ങളാന്ന് പറഞ്ഞ് എന്തും ആവാന്നോ? ഞാനേ അതി നൊക്കെ മറുപടി പറഞ്ഞാലേ ഇത്തിരി കൂടിപ്പോകും. ഈ കുട്ടികളുടെ മുന്നിൽ വച്ച് വേണ്ടാന്ന് വച്ചിട്ടാ സമയം വരട്ടെ ഞാൻ ചോദിച്ചോളാം.

കുട്ടികളുടെ മുന്നിൽ ടീച്ചർ പറഞ്ഞ് പറഞ്ഞ് കാര്യങ്ങൾ വഷളാക്കുമെന്ന് മനസിലാക്കിയ ചില ടീച്ചേഴ്സ് അവിടെന്ന് മുങ്ങി. അവർ മറ്റൊരു ഭാഗത്ത് കൂടി സംഭാഷണത്തിന്റെ ബാക്കി തുടർന്നു.

അല്ലെങ്കിലും ആ ടിച്ചർ എല്ലാത്തിനും ഉടക്കാ. വേറെ ഒരു ടീച്ചർ പറഞ്ഞു. ആരെങ്കിലും എന്തെ ങ്കിലും കാണിക്കട്ടേ എന്ന് ചിന്തിക്കണ്ട കാര്യങ്ങളെ ഉള്ളൂ.

അതിന് ആ ടീച്ചറിന് പിള്ളേരുടെ ഇടയിലെ പേര് ഫെമിനസ്റ്റ് ടീച്ചറന്നല്ലേ?

ആ കൂടെ നിൽക്കുന്ന ടീച്ചറും കണക്കാ. മോഡേണായാൽ ഇങ്ങനെ മോഡേണാവുമോ? എല്ലാ ആഴ്ചയിലും ബ്യൂട്ടി പാർലറിൽ പോകും. മുഖം തേച്ച് പിടിപ്പിക്കും. പുരികം ചുരണ്ടും ഓരോ ദിവ സവും ഓരോ നിറത്തിലുള്ള ലിഫ്റ്റിക്ക്. മുടി ഏതെല്ലാം നിറമാണെന്ന് അവർക്ക് പോലും അറിയി ല്ലാ. ഡ്രെസ്സാണെങ്കിൽ ഏതെല്ലാം കോലത്തിലാ സാരി അടിവയറിലേ കുത്തു. ചില വിരുതന്മാർ അവിടെന്ന് കണ്ണെടുക്കില്ലാ.

അതിന് പുള്ളിക്കാരിയ വിളിക്കുന്നത് നയൻതാരാന്നല്ലേ? എന്റെ പൊന്നേ ചിലപ്പോൾ ഒരു കറുത്ത കണ്ണടയും വച്ച് സ്കൂട്ടറിൽ ഒരു വരവുണ്ട്. സുരേഷ് ഗോപി കോടീശ്വരൻ പ്രോഗ്രാമിൽ പറ യുന്നപോലെ ദേ വന്നു ദാ പോയിന്ന്. ആ വരവ് കാണുമ്പോഴെ കുട്ടികൾ പറയും നായൻതാരാ സെറ്റിലെത്തിന്ന്.

'കുട്ടികൾ അവരുടെ കേൾക്കെ വിളിക്കാറുണ്ട്.'

എത്ര വിളിച്ചിട്ട് എന്താ കാര്യം ഒരു ചമ്മലും ഇല്ലാതെ അവിഞ്ഞ ചിരിചിരിക്കും.

എല്ലാ ടീച്ചേഴ്സിനും ഉണ്ട് ടീച്ചറെ പിള്ളേരുടെ ഇടയിൽ ഓരോ പേര്. നമ്മുടെ എച്ച്.എമ്മിനെ

വിളിക്കുന്നതോ മണകൊണാഞ്ചൻ എച്ച്.എം എന്നല്ലേ?

അല്ലെങ്കിലും അത് ഒരു മണകൊണാഞ്ചൻ സാറ് തന്നെ. എപ്പോൾ നോക്കിയാലും ആ സ്മിത ടീച്ചറിന്റെ പുറകെ കാണും. അല്ലെങ്കിൽ കഞ്ഞിപുരയിലെ ദീപയുടെ അടുത്ത്. ഉണ്ടാക്കുന്ന സർവ്വ സാധനങ്ങളുടെയും ഉപ്പ് നോക്കലാ പണി. ദീപ എന്ത് ഉണ്ടാക്കിയാലാ വായിൽ വെക്കാൻ കൊള്ളാവുന്നത്. എന്നിട്ടും സാറ് പറയുന്നതോ ദീപയുടെ ഭക്ഷണം നല്ല രുചിയാന്നാ.

അതിന് ഭക്ഷണം മാത്രമല്ലല്ലോ രുചി നോക്കുന്നത് അത് ഇവിടെ കുട്ടികളുടെ ഇടയിൽ പോലും പാട്ടാ. അത് അറിയണമെങ്കിൽ ആൺകുട്ടികളുടെ ബാത്ത്റൂമിൽ എപ്പോഴെങ്കിലും കയറി നോക്കിയാൽ അറിയാം. അയ്യോ ഒരു മലയാള അദ്ധ്യാപികയായ ഞാൻ പഠിച്ചില്ലാ അത്തരം വാക്കുകൾ. അതിന് മലയാള നിഘണ്ടുവിൽ ഉണ്ടായിട്ട് വേണ്ടേ. പിന്നെ സാറിനെ മണകൊണാഞ്ചാന്നല്ലാതെ പിള്ളേര് വിളിക്കോ.

ശരിയ അദ്ധ്യാപകര് തന്നെ. അദ്ധ്യാപകരുടെ പേര് കളഞ്ഞ് കുളിച്ചത്.

അതെ ആ കാര്യത്തിൽ ഞാനും ഇതെ അഭിപ്രായക്കാരിയാ നമ്മുടെ ചെറുപ്പത്തിൽ പി.ടി.എ എന്ന് കേട്ടിട്ടുണ്ടോ? ഇപ്പോൾ ആനയേയും പിണ്ഡങ്ങളേയും പേടിക്കണ്ട അവസ്ഥ വന്നില്ലേ. എന്തു കൊണ്ടാ കാലാകാലങ്ങളിൽ അദ്ധ്യാപകർ തല മറന്ന് എണ്ണ തേച്ചതുകൊണ്ട്. നമ്മളൊക്കെ എന്ത്മാത്രം അദ്ധ്യാപകരേ പേടിച്ചാ പഠിച്ചത്. ഇപ്പോൾ അങ്ങനെ വല്ലതുമാണോ?

ഉം.. പിന്നെ ഇപ്പോൾ കുട്ടികളെ നമ്മൾ പേടിക്കണം. പണ്ട് സർക്കാർ എന്ന ആനയെ ഭയന്നാൽ മതിയായിരുന്നു. ഇപ്പോൾ പി.ടി.എ എന്ന പിണ്ഡത്തെ ശരിക്കും പേടിക്കണം. എത്രയെത്ര അദ്ധ്യാപകരാ ഈ പിണ്ഡങ്ങളെ സഹിക്കാൻ കഴിയാതെ ജോലി ഉപേക്ഷിച്ച് പോയത്.

'ശരിയാ.'

ഓ.. ജോലി ഉപേക്ഷിച്ചതൊക്കെ മറ്റു ധാരാളം ചുറ്റുപാട് ഉള്ളവരാന്നെ. അല്ലാതെ ജോലി കളയില്ലാ. ഒരു ജോലിയാകുമ്പോൾ പല പ്രശ്നങ്ങളും ഉണ്ടാവില്ലേ. ഏത് ജോലിയില പ്രശ്നങ്ങൾ ഇല്ലാത്തത്. അപ്പോഴേക്കും ജോലി ഉപേക്ഷിക്കുന്നത് ഇത്തിരി അഹങ്കാരം ഉള്ളവരാ. രക്ഷിതാക്കൾ അവരുടെ കുട്ടികൾക്ക് വേണ്ടി സംസാരിച്ചു എന്ന് വരും. നമ്മൾ നമ്മുടെ കാര്യം പറയുക അല്ലാ പിന്നെ.

ശരിയ നമ്മൾ മറ്റുള്ളവരെ വിമർശിക്കാൻ നടക്കാതെ സ്വയം വിമർശിക്കുന്നതാ നല്ലത്. കുട്ടികൾക്ക് മേൽ അധികാരം ഉണ്ടായിരുന്ന കാലത്ത് ചില അദ്ധ്യാപകർ ചെറിയ ശാസനയും ശിക്ഷയുമല്ലല്ലോ ചെയ്തത്. ക്രൂരമായിരുന്നില്ലേ മനോഭാവം. സ്വന്തം മക്കളോട് അങ്ങനെയൊക്കെ ചെയ്യുമോ? ചില അദ്ധ്യാപകർ പെൺകുട്ടികളെ മോശമായി പെരുമാറിയിട്ടില്ലേ? എട്ടാം ക്ലാസുകാരന്റെ കൂടെ ഒളിച്ചോടിപോയ അദ്ധ്യാപിക ഉള്ള നാടാ നമ്മുടെ. ഇപ്പോൾ തന്നെ കണ്ടില്ലേ ഒരു അദ്ധ്യാപകൻ പാവം ഒരു ഡോക്ടർ പെൺകുട്ടിയെ കുത്തികൊന്നത്. അദ്ധ്യാപകർ സ്കൂളിൽ മാത്രമല്ലാ സമൂഹത്തിൽ നല്ല പെരുമാറ്റമുള്ളവരായിരിക്കണം. ഇതൊക്കെ ഇല്ലാതെ പോയാൽ ഞാഞ്ഞൂലും തല പൊക്കിയെന്ന് വരും. അതുകൊണ്ട് നമ്മൾ മറ്റുള്ളവരെ നന്നാക്കാൻ നടക്കാതെ നല്ല അദ്ധ്യാപകനും, അദ്ധ്യാപികയും ആകാൻ നോക്കുക. എനിക്ക് അതെ പറയാനുള്ളൂ.

ഇതിനിടയിൽ ഭക്ഷണം വാങ്ങാൻ പോയവരെത്തി. ജോലികൾ പൂർത്തിയാക്കി ഭക്ഷണവും കഴിച്ച് കുറച്ച് പേർ പിരിഞ്ഞു. ബാക്കിയുള്ളവർ കാവലിനായി അവിടെകൂടി.

പിറ്റേന്ന് പ്രവേശന കവാടത്തിൽ വൻ ജനാവലി മന്ത്രിയെ ആനയിക്കാൻ ബൊക്കെയും പൂക്കളുമായി കാത്തു നിന്നു. ഒൻപത് മണി സമയം നൽകിയിരുന്ന മന്ത്രിയെത്തിയത് പതിനൊന്ന് മണിക്ക്. വെയിൽ കൊണ്ട് തളർന്ന ജനത്തിനറിയാമല്ലോ. ഈ രാജ്യത്ത് മറ്റുള്ളവരുടെ സമയത്തിന് ഒരു വിലയും കൊടുക്കാത്ത കൂട്ടരാണ് ഈ നേതാക്കൾ.

വേദിയും സദസും സട കുടഞ്ഞെണിറ്റു സ്വാഗത പ്രസംഗത്തിനായി ഫെമിനെസ്റ്റ് ടീച്ചർ എത്തി. മന്ത്രിയെ കിട്ടിയ സന്ദർഭം മുതലെടുത്ത് നീണ്ട പ്രസംഗം. സാരാംശം ഇത്രമാത്രം. അദ്ധ്യാപകർക്ക് കുട്ടികളുടെയും രക്ഷിതാക്കളുടെയും മേൽ വേണ്ടത്ര അധികാരങ്ങളില്ലത്രെ. അത് തിരികെ വേണം പോലും. എന്നിരുന്നാലും നൂറ് ശതമാനം വിജയം. പത്തും ഒൻപതും എട്ടും ഏ പ്ലസ് കണക്കുകൾ സ്കൂൾ മാനേജ്മെന്റിന്റെയും അദ്ധ്യാപകരുടെയും ത്യാഗങ്ങളുടെയും വീമ്പ് വർത്തമാനം. എന്തിന് പൊങ്ങച്ച സദ്യ ഗംഭീരം. ഇതിനിടയിൽ അദ്ധ്യക്ഷൻ കൂടിയായ പി.ടി.എ പ്രസിഡന്റിന്റെ ചെവിയിൽ മന്ത്രിയുടെ സമയ കുറവ് ഓർമ്മപ്പെടുത്തി.

സ്വാഗത പ്രസംഗം അവസാനിച്ചപ്പോൾ അദ്ധ്യക്ഷന്റെ വക. ടീച്ചർ തട്ടിവിട്ടതിന്റെ ബാക്കിയായും അദ്ദേഹത്തിന്റെ വക അന്യന്റെ പന്തലിൽ എന്ന പോലെ വിളമ്പി. മനസിലാകട്ടെ വീണ്ടും പ്രസിഡന്റ് ആകാനുള്ള മോഹവും. പിന്നീടാണ് മന്ത്രിയുടെ ഊഴം. അദ്ധ്യാപകരേയും, പി.ടി.എയും പ്രകീർത്തിച്ചും, സർക്കാർ മഹാത്മ്യവും വിദ്യാഭ്യാസ പുരോഗതിയും എന്ന് വേണ്ട ഒന്നൊന്നര തട്ടിവിടൽ പിന്നീട് ആശംസകളുടെ കുത്തൊഴുക്ക്. സ്വന്തം പേരും വീട്ടുപേരും എഴുതാൻ അറിയാതെ വിജയിക്കുന്നവരുടെ കാലം. മണിക്കൂറുകൾ ഇടിവെട്ടും മഴയും പോലുള്ള കത്തിക്കൽ. വിധിയുടെ ബലിപീഠങ്ങളായി കുട്ടികളും രക്ഷിതാക്കളും കൈയടിയോടെ കയ്യടി.

പ്രോഗ്രാം പരിയവസാനിപ്പിച്ച് കുട്ടികളെ ക്ലാസ് റൂമിലേക്കും അവിടെന്ന് വീട്ടിലേക്കും. പ്രധാനപ്പെട്ടവരും, നാട്ടുകാരും രക്ഷിതാക്കളും കുട്ടികളും പിരിയുന്നതിന്റെ ഒപ്പം വീട്ടിൽ പോയി കോഴിയെ കറന്ന് പാല് എടുക്കാൻ ധൃതിയുള്ള കുറച്ച് അദ്ധ്യാപകരും സ്ഥലം കാലിയാക്കി. പ്രഥമ അദ്ധ്യാപകനും കുറച്ച് അദ്ധ്യാപകരും, അദ്ധ്യാപികമാരും ആഫീസ് സ്റ്റാഫുകളും ക്ഷണിതാക്കൾക്കായി കരുതിയിരുന്ന ഭക്ഷണ സാധനങ്ങളുടെ ബാക്കി വീതം വെപ്പിനിടയിൽ വീണ്ടും പ്രോഗ്രാമിന്റെ വിജയ ഗാഥകളുടെ വീമ്പടിക്കലും പ്രഥമ അദ്ധ്യാപകന്റെ ഫോണിലേക്ക് ഒരു കോൾ വന്നു.

വേണുഗോപാൽ സാറല്ലേ?

ഉം... അതെ.

ഇന്ന് നിങ്ങളുടെ സ്കൂളിൽ അഞ്ചാം ക്ലാസിൽ പുതിയതായി ചേർത്ത മൻസിൽ എന്ന കുട്ടിയുടെ പിതാവാണ്.

ഹും.. പറഞ്ഞോളൂ.

സാറെ ഇന്ന് നടന്ന പ്രോഗ്രാം ഗംഭീരമായിരുന്നു.

'അതെയോ വളരെ സന്തോഷം.'

എല്ലാവരും ഒരുപാട് കാര്യങ്ങൾ പ്രസംഗിച്ചു. ഞാൻ ആഗ്രഹിച്ച കാര്യം ആരും പ്രസംഗിച്ചില്ലാ.

'അത് എന്താണാവോ?'

പത്രം തുറന്നാൽ, ടി.വി ഓണാക്കിയാൽ ഒരുപാട് ദോഷം ഉള്ള കാര്യങ്ങളാണ് ഇപ്പോൾ അറി

യുന്നത്. കഞ്ചാവ്, മദ്യം, ഒരുപാട് തരത്തിലുള്ള മയക്ക് മരുന്നുകൾ കൊലപാതകങ്ങൾ എന്ന് വേണ്ടാ. അതുകൊണ്ട് പുതിയ തലമുറക്ക് വേണ്ടി സാറിന്റെ അറിവിലോ പരിചയത്തിലോ നാളെയുടെ നല്ല തലമുറയെ സൃഷ്ടിച്ചെടുക്കാൻ പറ്റിയ ഏതെങ്കിലും സ്കൂൾ കേരളത്തിൽ ഉണ്ടോ? ഉണ്ടെങ്കിൽ എന്റെ കുട്ടിയെ ആ സ്കൂളിൽ ചേർക്കാനാ നിങ്ങൾക്കൊക്കെ നാളയുടെ എഞ്ചിനീയറും, ഡോക്ടറും ശാസ്ത്രജ്ഞന്മാരും, കളക്ടറുമാറും മതിയല്ലോ? എന്റെ മകൻ ഒരു കൂലിപണിക്കാരനോ, പ്യൂണോ ആയാലും കുഴപ്പമില്ല. അവൻ ഒരു മനുഷ്യനായാൽ മതിയായിരുന്നു. നല്ല മനുഷ്യൻ കാശുകുടുക്കയുടെ വാ പോലെ പിളർന്ന് പോയ വായിലേക്ക് നോക്കി മറ്റു സഹപ്രവർത്തകർ.

***** ശുഭം *****

1

ആലോചന യോഗം

ഭരണ സിരാ കേന്ദ്രത്തിന്റെ മൂക്കിൻ താഴെ അതിമനോഹരമായി ഒരുക്കിയിരിക്കുന്ന ഒരു വി.വി.ഐ.പി. ഹാൾ. കട്ടളക്ക് മുകളിലെ ബോർഡ് വായിച്ചു. ഭരണ പരിഷ്ക്കാര കമ്മീഷൻ ആഫീസ്. തെങ്ങും, തെങ്ങിൻ കുലയും, കൈകളും ഇവയെ താങ്ങി നിർത്തുന്ന പൊരുത്തകൾ പോലെ പ്രമുഖർ അവർ പറയുന്നത് നടപ്പിലാക്കുന്നവർ രണ്ടും മൂന്നും നിര നേതാക്കൾ ഇവരെ സംരക്ഷിക്കുന്ന താഴെ ഘടകങ്ങൾ. തെങ്ങിന് തടം എടുത്തതു പോലുള്ള വലിപ്പമേറിയ വട്ട മേശക്ക് ചുറ്റും നിരന്നു. മേശപുറം നിറയെ മുന്തിയ ഇനം അണ്ടിപരിപ്പ്, ബദാംപരിപ്പ്, തൊലികളഞ്ഞ കപ്പലണ്ടി, രണ്ട് നിറം മുന്തിരി, ആപ്പിൾ, പൂവൻ പഴം, മൂട് വെട്ടിയ ചെന്തെങ്ങിൻ കരിക്ക്, കുപ്പിവെള്ളം. അദ്ധ്യക്ഷൻ എത്തി യോഗനടപടികൾ ആരംഭിച്ചു. കന്നുകാലികൾ അയവിറക്കുന്നപോലെ നേതാക്കളും ഉദ്യോഗസ്ഥരും തീറ്റ ആരംഭിച്ചു. കീഴ്ഘടകത്തിൽ നിന്നും എത്തിയവരാകട്ടെ, പഴയകാല ജന്മി അടിയാളബന്ധം പോലെ രുചിച്ചു നോക്കുക മാത്രമേ ചെയ്യുന്നുള്ളൂ. പ്രമുഖൻ കാര്യങ്ങളിലേക്ക് കടന്നു നാം ഇന്നിവിടെ എല്ലാ വകുപ്പുകളെയും ഏകോപിപ്പിച്ച് ഒത്തു ചേർന്നിരിക്കുന്നത് വളരെ പ്രധാനപ്പെട്ട ചില കാര്യങ്ങൾ ആലോചിക്കുന്നതിനാണ്. നമ്മൾ അധികാരത്തിൽ എത്തിയ നാൾ മുതൽ ഒരുപാട് കാര്യങ്ങൾ കൊണ്ടു വരാൻ ശ്രമിച്ചിട്ടുണ്ട്.

താഴെ ഘടകത്തിൽ നിന്നുള്ള ഒരാൾ എണീറ്റ് പറഞ്ഞു, നമ്മൾ കൊണ്ടു വന്ന് എന്ന് പറയുന്നത് ശരിയല്ലാ. നമുക്ക് വേണ്ടി കുറെ കാര്യങ്ങൾ കൊണ്ടു വന്നു എന്ന് പറയുന്നതായിരിക്കും ശരി.

മുകുന്ദൻ അവിടെ ഇരിക്കൂ. പ്രമുഖൻ പറഞ്ഞു. "ആദ്യം ഞാൻ പറയുന്നത് മുഴുവനായി കേൾക്കൂ. നാം ചെയ്യുന്ന ഓരോ കാര്യങ്ങളും നാടിന് വേണ്ടിയല്ലേ? നാടിന്റെ വികസനത്തിന് വേണ്ടിയല്ലേ? കൂട്ടത്തിൽ നമ്മുടെ കാര്യങ്ങളും ഭംഗിയായി പോകുന്നു. അതിന്റെ ഗുണങ്ങൾ താഴെ തട്ടിലും എത്തുന്നില്ലേ? താഴെ തട്ടിൽ കാട്ടിക്കൂട്ടുന്ന പല കാര്യങ്ങളും തലവേദന ഉണ്ടാക്കുന്നുണ്ടല്ലോ?"

ഇന്ന് വികസനങ്ങളുടെ പേരിൽ കാട്ടിക്കൂട്ടുന്നത് പലതും തെറ്റായ രീതികളാണ്. നാടിന്റെ യഥാർത്ഥ വികസനം എന്ന് പറയുന്നത്. സാധാരണക്കാർക്കും, പാവപ്പെട്ടവർക്കും വേണ്ടിയാകണം. അവർ വളരുമ്പോൾ നാട് ഉണരും. ഗ്രാമങ്ങൾ വളരണം. അപ്പോൾ മാത്രമാണ് യഥാർത്ഥ വികസനം ഉണ്ടാകുന്നത്. ഇവിടെ കോടികൾ ചിലവഴിച്ച് പട്ടണങ്ങൾ വികസിപ്പിക്കുമ്പോൾ ഗ്രാമങ്ങൾ ചത്ത് കെട്ട് പോകുന്നു. വികസനങ്ങളുടെ പേരിൽ കോടികളുടെ അഴിമതിക്കഥകൾ വരുന്നു.

പ്രമുഖൻ മുകുന്ദന്റെ നേരെ നോക്കി കണ്ണുരുട്ടി ഇരിക്കാനാ പറഞ്ഞത്.

മുകുന്ദൻ ചില മുഖങ്ങളെ പ്രത്യേകം നോക്കി മനസില്ലാമനസോടെ ആസനം ഊന്നുന്നതിനിടയിൽ മനസിൽ പിറുപിറുത്തു..

ഹും... വെളിയിൽ നിന്നപ്പോൾ നാട്ടിൽ നടക്കുന്ന പലതിനെ കുറിച്ചും ചോദ്യം ചെയ്യണം എന്ന് പറഞ്ഞ് അകത്തു വന്ന് കയറിയവരുടെ വായിൽ ഇപ്പോൾ അണ്ടിപരിപ്പല്ലാതെ മറ്റൊന്നുമില്ല.

മറ്റൊരാൾ എണീറ്റ് പറഞ്ഞു. അല്ലാ മുകുന്ദൻ പറഞ്ഞതിലും കാര്യമില്ലേ വീട്ടിലെ കാരണവർക്ക് അടുപ്പിലും കാര്യം സാധിക്കാം എന്ന് പറഞ്ഞപോലെയായി, തലയും വാലും എന്നാണ് ജനങ്ങൾ പറയുന്നത്. ചില സ്ഥലങ്ങളിൽ മുത്തച്ഛനും കൊച്ചച്ഛനും കളിയാണന്നും മറ്റു ചിലയിടങ്ങളിൽ മൂത്താശാരിയും ഇളയ ആശാരിയെന്നും വിളിക്കുന്നു. ജനങ്ങളുടെ മനസ് തിരിച്ചറിയാതെ

മുന്നോട്ട് പോകാനാകുമോ? കരിമ്പ് പിഴിയുന്ന പോലെ ജനങ്ങളെ ചണ്ടിയാക്കാനാണോ ഭാവം. ഇത് സ്ഥലം വേറെയാ ജനങ്ങളെ വേദനിപ്പിച്ചാൽ അവസരം വരുമ്പോൾ കാത്തിരുന്ന് കൊത്തും. തകർന്ന് പോകുന്നത് ഈ പ്രസ്ഥാനമാ. എല്ലാ സംസ്ഥാനങ്ങളിലും ആധിപത്യം ഉണ്ടെന്ന് കരുതിയിരുന്നവർ തകർന്നടിഞ്ഞ ചരിത്രം മാത്രം ഉള്ളൂ മറക്കണ്ട.

നിർത്തടോ ബാല. പ്രമുഖൻ ശൗര്യം കൂട്ടി പറഞ്ഞു. ഇവിടെ ഇരുന്നിട്ട് കുരു പൊട്ടുന്നവർക്ക് വെളിയിൽ പോകാം. മറ്റു പിപ്പിടി വിദ്യ ഇവിടെ വേണ്ട. ശൗര്യത്തിൽ ചുറ്റും നോക്കി. മാളത്തിൽ പതുങ്ങിയ എലിയെ പോലെ ചുറ്റും ഉള്ളവർ വളരെ വിനീതവിധേയരായി വീണ്ടും പ്രമുഖൻ തുടർന്നു.

“ഇവിടെ എടുക്കുന്ന തീരുമാനങ്ങൾ വെളിയിൽ പോയി ജനങ്ങളെ പറഞ്ഞ് ബോദ്ധ്യപ്പെടുത്തി കൂടെ നിർത്താൻ ആലോചിക്കേണ്ടവർ ഉടക്ക് ചോദ്യങ്ങളുമായി ഇങ്ങോട്ട് വരണ്ട. ഇതൊക്കെ ഒരു പാട് കണ്ടിട്ടുണ്ട്. വിരട്ട് ഒന്നും ഇങ്ങോട്ട് വേണ്ട. നിങ്ങളുടെ ഭാഷയിൽ മറുപടി തരാനും അറിയാം. ഗൗരവം ഒട്ടും വിട്ടുമാറാതെ ചുറ്റും നോക്കി. മുകുന്ദൻ മനസിൽ പറഞ്ഞു.”

“നിങ്ങളെയൊക്കെ തിരുത്താൻ ഒരാൾ ഉണ്ടായിരുന്നു. പക്ഷെ പ്രായാധിക്യം കാരണം വിശ്ര മത്തിലായിപോയി. ഈ ധാഷ്ട്യത്തിന്റെ മൂല്യം അറിയാൻ വരാൻ പോകുന്ന തിരഞ്ഞെടുപ്പുകൾ ശ്രദ്ധിച്ചാൽ മതി. പൊട്ടിയ ചില്ല് പാത്രം എത്ര ചേർത്ത് വച്ചാലും പിന്നീട് ആർക്കും അത് മടക്കി കൊണ്ടു വരാൻ കഴിയാതെ വരും. അന്ന് ചരിത്രം എഴുതും, ചില വ്യക്തികൾക്കായി ഒരു പ്രസ്ഥാനം ഇല്ലാതായി എന്ന്.”

പ്രമുഖൻ തുടർന്നു. നിങ്ങൾ പറഞ്ഞില്ലേ എന്താ മുത്തച്ഛനും കൊച്ചച്ഛനും. പിന്നെയും ഏതാണ്ട് ഉപമകൾ പറഞ്ഞല്ലോ? മുത്തച്ഛൻ ഇവിടെ എന്താ ചെയ്തത്. അൻപത് രൂപക്ക് ഇന്ധനം തരാം എന്ന് പറഞ്ഞു. ക്രൂഡോയിലിന് വില കുറയുമ്പോഴും രാജ്യത്ത് വർദ്ധിക്കുകയല്ലേ ചെയ്യുന്നത്. സബ്സിഡി തരാം എന്ന് വാഗ്ദാനം നൽകി സർവ്വത്ര കുടുംബങ്ങൾക്കും ഗ്യാസ് കണക്ഷൻ നൽകി. എന്നിട്ട് കിട്ടുന്നുണ്ടോ? തന്നെയുമല്ലാ വില എത്ര ഇരട്ടി വർദ്ധിപ്പിച്ചു. സബ്സീഡിയുടെ പേര് പറഞ്ഞ് എല്ലാ പാവങ്ങളെ കൊണ്ടും ബാങ്കിൽ അക്കൗണ്ട് എടുപ്പിച്ചു. എന്ത് സംഭവിച്ചു. കൂലിപ്പണിക്ക് പോയും, തൊഴിലുറപ്പിൽ പണിയെടുത്തും, പെൻഷ്യൻ കാശും ബാങ്കിൽ എത്തുമ്പോൾ പല പേരിൽ ബാങ്ക് പിണങ്ങുന്നു. ബാങ്കിൽ ബാലൻസില്ലാതിരുന്നതിന്റെ പേരിലും പല ആവർത്തി ഇടപാടുകൾ നടത്തി യതിന്റെ പേരിലും. ആരുടെ അക്കൗണ്ടിലാണ് ബാലൻസില്ലാത്തത്. പാവങ്ങൾ കുടുംബം പട്ടിണിക്ക് ഇട്ടിട്ട് ബാങ്കിൽ പൈസ ഇടുമോ? പതിനഞ്ച് ലക്ഷം അക്കൗണ്ടിൽ തരാമെന്ന് പറഞ്ഞിരുന്നു. അത് കിട്ടിയിരുന്നോ? ഓരോ വർഷവും രണ്ട് കോടി ജനങ്ങൾക്ക് ജോലി നൽകുമെന്ന് പറഞ്ഞിരുന്നു. നിങ്ങളുടെ വീടുകളിൽ ആർക്കെങ്കിലും ജോലി കിട്ടിയിരുന്നോ? ഉള്ള ഒഴിവുകൾ പോലും നികത്തു ന്നില്ല. സാദ്ധ്യതകൾ വിറ്റ് കാശാക്കുന്നു. മതങ്ങളുടെ ഇടയിൽ സമാധാനം ഉണ്ടോ? മുത്തച്ഛന്റെ അല്ലാത്ത മതങ്ങൾ പ്രീണിപ്പിക്കപ്പെടുകയല്ലേ? ഇഷ്ട വസ്ത്രങ്ങൾ പോലും ചിലർ പറയുന്ന പോലെ ധരിച്ചാൽ മതിയെന്ന നിലപാടല്ലേ? സ്ത്രീകൾക്ക് രക്ഷയുണ്ടോ? ഇതെല്ലാം ഇവിടെ സംരക്ഷിക്കപ്പെ ടുന്നില്ലേ? ഓരോ തിരഞ്ഞെടുപ്പുകളും തനി വർഗ്ഗീയ കാർഡ് ഇറക്കി രക്ഷപ്പെടാൻ ശ്രമിക്കുന്നത് നിങ്ങൾ കാണുന്നില്ലേ? എല്ലാം അറിഞ്ഞിട്ടും വന്നിരുന്നു, കുറ്റം പറയുന്നു.

മുകുന്ദൻ പറഞ്ഞു. “കെടാൻ പോകുന്ന വിളക്ക് ഒന്ന് ആളികത്തും സ്വാഭാവികം. എന്നാൽ ജാതിയും, രാഷ്ട്രീയ ഭ്രാന്തുമില്ലാത്ത വലിയൊരു ജനവിഭാഗമുണ്ട് അവർ ആഗ്രഹിക്കുന്നത് സമാ

ധാനവും ജീവിക്കുവാനുമുള്ള അവകാശങ്ങളുമാണ്. അവരാണ് പറയുന്നത് നിങ്ങൾ മുത്തച്ഛനും കൊച്ചച്ഛനും കളിക്കുന്നുവെന്ന്. നിങ്ങൾ പരസ്പരം പഴിചാരുന്നു. മറ്റൊരു അത്ഭുതവും ഇവിടെ ഉണ്ടാകുന്നില്ലാ".

ഇനി മിണ്ടരുത് പ്രമുഖൻ ഗർജ്ജിച്ചു. ഞാൻ ഇത്രയും കാര്യങ്ങൾ വിശദീകരിച്ചിട്ട് പിന്നെയും മുറുമുറുക്കുന്നുവോ? ഇയാളെ സംസ്ഥാന ഘടകത്തിൽ നിന്നും നീക്കം ചെയ്യുന്നു.

അത് എങ്ങനെ ശരിയാകും. ബാലൻ പറഞ്ഞു. ഒരാൾ അഭിപ്രായം പറഞ്ഞാൽ തരം താഴ്ത്താൻ പറ്റുമോ?

ബാലനും ഇനിമുതൽ സംസ്ഥാന ഘടകത്തിൽ വേണ്ടാ. പ്രമുഖൻ പ്രകോപിതനായി. ഇരുവരും മൗനം പാലിച്ചു. പ്രമുഖൻ തുടർന്നു.

നമ്മുടെ നാടിനെ പുതിയൊരു നാടാക്കാൻ പെടാപ്പാട് പെടുമ്പോഴാണ് കൂട്ടത്തിൽ നിന്നും ഇത്തരം പിപ്പിടി വർത്തമാനം. നമുക്ക് മുന്നോട്ട് പോകണമെങ്കിൽ മറ്റെന്തങ്കിലും സാമ്പത്തിക മാർഗ്ഗങ്ങൾ കണ്ടെത്തിയെ പറ്റു. അതിന് ഓരോ വകുപ്പുകൾക്കും ഉത്തരവാദിത്വമുണ്ട്. ഏതെല്ലാം രീതിയിൽ വരുമാനം കണ്ടെത്താൻ പറ്റും അഭിപ്രായം എല്ലാവരും പറയണം.

മുകുന്ദനും, ബാലനും പറഞ്ഞു. ഇല്ലാ ഇനി ജനങ്ങളുടെ മേൽ ഒരു നികുതിഭാരവും അടിച്ചേൽപിക്കരുത്. കഴിയുമെങ്കിൽ കുറക്കുക. ഇല്ലെങ്കിൽ അത് ഒരു ബോംബ് പോലെ പൊട്ടിതെറിക്കും.

പ്രമുഖൻ കോപാകുലനായി പറഞ്ഞു. ഇവരെ രണ്ട് പേരെയും ജില്ലാഘടകത്തിൽ നിന്നും നീക്കം ചെയ്യുക. മറ്റുള്ളവർ ഞാൻ പറഞ്ഞ കാര്യത്തിലേക്ക് വരിക.

രണ്ടാം നിര പ്രമുഖരിൽ ചിലർ പറഞ്ഞു. മദ്യത്തിന് വില വർദ്ധിപ്പിക്കാം. ആവശ്യം പോലെ വിറ്റഴിക്കാം. ഇത് ആരും ചോദിക്കില്ലാ. സ്ത്രീകളുടെ വോട്ട് വർദ്ധിപ്പിക്കുകയും ചെയ്യാം.

മണ്ടത്തരമാണ് പറയുന്നത്. ഇതാണോ മദ്യവർജ്ജനം. ആ തട്ടിപ്പ് കൃത്യമായും എല്ലാവരും തിരിച്ചറിഞ്ഞു കഴിഞ്ഞിട്ടുണ്ട്. മാത്രമല്ല ജനങ്ങൾ മറ്റു പലതിലേക്കും വഴുതിമാറും. മറ്റു ലഹരിവസ്തുക്കൾ ഒഴുകും. വീണ്ടും മുകുന്ദൻ പ്രതികരിച്ചു.

ഇവരെ ഇവിടെന്ന് ഇറക്കിവിടേണ്ടി വരുമോ പ്രമുഖൻ പറഞ്ഞു.

മറ്റൊരു രണ്ടാം നിര പ്രമുഖൻ. ലോട്ടറി ടിക്കറ്റിന്റെ വിലയും എണ്ണവും വർദ്ധിപ്പിക്കുക. ഏജന്റുമാർക്ക് കമ്മീഷനും വർദ്ധിപ്പിക്കുക. ടിക്കറ്റിൽ ചെറിയ ഒരു സമ്മാന വർദ്ധനവും വരുത്തിയാൽ ആഭാഗം ഓക്കെയാണ്.

മുകുന്ദനും ബാലനും ചാടി എണീറ്റു. നോ ഇത് പാടില്ലാ. ഇതെല്ലാം അല്പം പോലും മനസാക്ഷിയില്ലാത്ത തീരുമാനങ്ങളാ. ഇത് രണ്ടും ഏറ്റവും കൂടുതൽ ഉപയോഗിക്കുന്നത് സാധാരണക്കാരും, പാവങ്ങളുമാണ്. പാവങ്ങൾക്ക് വേണ്ടി നിലകൊള്ളേണ്ട പ്രസ്ഥാനം പാവങ്ങളെ പിന്നെയും പിന്നെയും പട്ടിണിയിൽ നിന്നും മുഴു പട്ടിണിയിലേക്ക് തള്ളി വിടുകയാണ്. അവർ എല്ലാ കാലവും പ്രതീക്ഷ അർപ്പിച്ച പ്രസ്ഥാനമാണ്.

"പ്രമുഖൻ ഇവരെ താഴെ തട്ടിൽ നിന്നും പുറത്താക്കിയേക്ക്. ഇവരെ ഇനി നമുക്ക് വേണ്ട ഇവർ ചാരന്മാരാ. ഇനി മിണ്ടിയാൽ ഈ മീറ്റിംഗിൽ നിന്നും ഇറക്കിവിടും". മറ്റൊരു രണ്ടാംനിര പ്രമുഖൻ.

"സ്ഥലങ്ങൾ വീടുകൾ സ്ഥാപനങ്ങൾ നിർമ്മാണങ്ങൾ കറന്റ് വെള്ളക്കരം ഇന്ധനത്തിന് ചെറി യൊരു സെസ് അങ്ങനെ സമസ്ത മേഖലകളിലും വർദ്ധിപ്പിക്കാം".

ട്രാൻസ്പോർട്ട് പ്രമുഖന്റെ വക. കഴിഞ്ഞ കൊറോണക്കാലത്ത് മാസ്ക്കിന്റെ പേരിൽ കോടി കൾ പിരിക്കാൻ കഴിഞ്ഞു. മാസ്ക്ക് വീണ്ടും നിർബന്ധമാക്കാം. റോഡുകളിൽ ക്യാമറകൾ വച്ച് എല്ലാ രീതിയിലും നിയമം കർശനമാക്കി കോടികൾ പിരിക്കാം.

മുകുന്ദനും, ബാലനും പൊട്ടിത്തെറിച്ചു. ഇത് എന്തോന്ന് കൊള്ള സംഘമോ? ഇനി ഈ നാട്ടിൽ മറ്റെന്തെങ്കിലും നികുതി വർദ്ധിപ്പിക്കാനുണ്ടോ? തൊട്ടതിനും പിടിച്ചതിനും ജനങ്ങളെ ഞെക്കിപി ഴിഞ്ഞ് ഭരിക്കുന്നവർ കഴിവുള്ളവരല്ലാ കഴിവ് കെട്ടവരാണ്. ബുദ്ധിയുള്ള ഭരണകൂടം ജനങ്ങളെ ഭാര പ്പെടുത്താതെ എങ്ങനെ ഭരിക്കാൻ കഴിയുമെന്നാണ് ചിന്തിക്കുന്നത്. ഒരു ഉത്പന്നം ഉണ്ടാക്കി ആയിരം രൂപക്ക് വിൽക്കാം. അതേ ഉത്പന്നം ആയിരം എണ്ണം ഉണ്ടാക്കി നൂറ് രൂപ വച്ച് വിൽക്കുന്നവനാണ് ബുദ്ധിമാൻ.

പ്രമുഖന്റെ അന്ത്യാശാസനം. രണ്ടിനേയും പിടിച്ച് പുറത്താക്ക്. നാളിതുവരെ കൂടെ നിന്നവർ തന്നെ അവരെ ഉന്തിയും തള്ളിയും പുറത്താക്കി വാതിലടച്ചു.

പ്രമുഖൻ തുടർന്നു. ഇപ്പോൾ നിങ്ങൾ പറഞ്ഞ പരിഷ്ക്കരണം തത്ക്കാലം പിടിച്ച് നിൽക്കാം. വാങ്ങിക്കൂട്ടിയ കടങ്ങൾ, വർദ്ധിച്ചു വരുന്ന ചിലവുകൾ എന്നിവ കണ്ടെത്തണം. എനിക്ക് ചില നിർദ്ദേശങ്ങളുണ്ട്. അത് അടുത്തഘട്ടം ആലോചിക്കേണ്ടി വരും. സൂര്യപ്രകാശത്തിനും മഴ വെള്ള ത്തിനും ഓരോ സെന്റ് ഭൂമിക്കും നികുതി വേണ്ടി വരും. ശ്വസിക്കുന്ന വായുവിനും പുറം തള്ളുന്ന വിസർജ്യത്തിനും നികുതി കൊണ്ടുവരേണ്ടി വരും. അടുത്തയോഗത്തിൽ ഇത്തരം കാര്യങ്ങൾ തീരു മാനിക്കാം.

ജനത്തിരക്കുള്ള റോഡരികിലൂടെ നടന്നു പോകുന്ന മുകുന്ദനും, ബാലനും. ഈ കാലമത്രയും ആദർശനത്തിന് വേണ്ടി നിലനിന്നിട്ട് കിട്ടിയ അനുഭവം ഓർത്ത് ആ കണ്ണുകൾ നിറഞ്ഞു. അല്പദൂര യാത്രക്കുള്ളിൽ എണ്ണമറ്റ ലോട്ടറി വിൽപ്പനക്കാർ അവർക്ക് മുന്നിൽ കെഞ്ചി. അവരെല്ലാം വാർദ്ധക്യം വന്നവർ, അംഗവൈകല്ല്യം, സ്ത്രീകൾ, രോഗികളായവർ മുകുന്ദൻ ബാലനോടായി പറഞ്ഞു.

ബാലാ, ചെറുപ്രായത്തിൽ ഭിക്ഷക്കാർ പാത്രം പിടിച്ച് ഇരിക്കുമായിരുന്നു. ഇന്ന് പാത്രത്തിന് പകരം സർക്കാർ കൊടുത്തു വിടുന്ന കുറച്ച് പേപ്പർ തുണ്ടാണന്ന് മാത്രം. ആ പാവങ്ങളിൽ നിന്ന് പിരിച്ചെടുത്ത് ചിലവ് ചെയ്യുന്ന ബൂർഷകൾ. പാവം ജനങ്ങൾ എന്ത് പറയാൻ.

പിന്നിൽ ഒരു വാഹനം ബ്രേക്ക് ചെയ്തതിന്റെ ഭയാനകമായ ശബ്ദം. ബാലനും, മുകുന്ദനും തിരിഞ്ഞു നോക്കി. അന്തരീക്ഷത്തിലൂടെ മറിഞ്ഞ് അവർക്ക് മുന്നിൽ ഒരു വൃദ്ധൻ വന്ന് വീണു. ഒരു അനക്കം മാത്രം. കാറ്റിൽ പറന്ന് കളിക്കുന്ന കുറച്ച് ലോട്ടറികൾ. ബാലനും, മുകുന്ദനും സ്തബ്ധ രായി നിന്നു.

***** ശുഭം *****

1

അരിക്കൊമ്പൻ

പാതി മയക്കത്തിൽ വേദനിക്കുന്ന ശരീരവും പേറി പരിചയമില്ലാത്ത മലകളും കുറ്റി ചെടികളും പുൽമേടുകളും വകഞ്ഞ് മാറ്റി അലഞ്ഞു നടന്നു. മലമുകളിൽ കയറി തല ഉയർത്തി ചുറ്റും നോക്കി. നോക്കെത്താ ദൂരത്തോളം പച്ച പുതച്ച സഹ്യൻ. തുമ്പികൈ ചുരട്ടി ഉച്ചത്തിൽ അലറി. മലയിൽ പ്രതി ദ്ധ്വനി അലിഞ്ഞ് തീർന്നതല്ലാതെ മറുപടിയില്ലാ. സഹന ശക്തിയിൽ മൗനിയായി. 'ഇത് ഏതാണിടം'. ഉറഞ്ഞ ബുദ്ധിയിൽ എനിക്ക് എന്തോ സംഭവിച്ചിരിക്കുന്നു. മൗനത്തിന് ഒടുവിൽ ഓർമ്മകൾ അയവി റക്കി.

ഉറ്റചങ്ങാതി പോരിന് വന്നു. എനിക്ക് വേദനിച്ചപ്പോൾ തിരിച്ച് ആക്രമിച്ചു. പരാജയം തിരിച്ച റിഞ്ഞ അവൻ എവിടെക്കോ പോയി മറഞ്ഞു. എന്റെ ദേഷ്യം ശമിച്ചപ്പോൾ ചങ്ങാതിയോട് ഞാൻ പൊറുത്തു. അവനെ തേടി കാടും, മേടും ഇരുകാലി മൃഗങ്ങളുടെ ഇടയിലും പട്ടണങ്ങളിലും തിരക്കി കണ്ടെത്തിയില്ല. പിറ്റേന്ന് എന്റെ ഇണകളും കുഞ്ഞുങ്ങളുമായി മേഞ്ഞു നടക്കുമ്പോൾ വിദൂരത യിൽ അവൻ ഏകനായി നിൽക്കുന്നത് ഞാൻ കണ്ടു. അടുത്ത് വിളിച്ചു പരാതികളും പരിഭവങ്ങളും അവൻ പറഞ്ഞു.

തലേദിവസത്തെ സംഭവങ്ങൾ പറഞ്ഞു തീർത്ത് മേഞ്ഞ് നടക്കുന്നതിനിടയിൽ എവിടെ നിന്നോ ഒരു സാധനം ഞങ്ങളുടെ മദ്ധ്യേ വീണു. ഭയങ്കര ശബ്ദം. എനിക്ക് എന്തോ സംശയം തോന്നി ഇണ കളെയും കുട്ടികളെയും ഉൾക്കാട്ടിലേക്ക് മടക്കി വിട്ടു. ചങ്ങാതിയേയും കൂട്ടി ശത്രുവിനെ നേരിടാൻ ശ്രമിച്ചപ്പോൾ ചങ്ങാതിക്ക് എന്നെ സംശയം തോന്നി. ആ സമയം എന്റെ ശരീരത്തിലേക്ക് എന്തോ തറഞ്ഞു കയറി. ഞരമ്പുകൾ മുറുകി, കാഴ്ചകൾ മങ്ങി പേശികൾ വലിഞ്ഞ് മുറുകുന്നതുപോലെ തോന്നി. വീണ്ടും ചങ്ങാതി അടുത്തേക്ക് വരുന്നത് ഞാൻ കണ്ടു. എനിക്ക് അവന്റെ അടുത്തേക്ക് നീങ്ങി ചെല്ലണമെന്ന് തോന്നി. അപ്പോഴാണ് മനസിലായത് എന്റെ ശരീരത്തിന് ചലിക്കാനാവുന്നില്ലാ യെന്ന്. ഞാൻ അവനെ വിളിച്ചു ചക്കേ എനിക്ക് എന്തോ പറ്റി. എനിക്ക് ഇവിടുന്ന് നീങ്ങാൻ ആവു ന്നില്ലാ.

ചക്ക കുറച്ച് നേരം അവനെ തന്നെ നോക്കി നിന്നു. എന്നിട്ട് മനസിൽ പുച്ഛിച്ചു. ഹും... നീ ചതി യനാ എന്നെ ചതിക്കാൻ വിളിക്കുന്നതാ. കഴിഞ്ഞ ദിവസം നീ എന്നെ ഒരുപാട് കുത്തി ഉപദ്രവിച്ചു. എന്റെ ഭ്രാന്തിന്റെ സമയമായിരുന്നതുകൊണ്ട് അതെല്ലാം ക്ഷമിച്ച് നിന്റെ അടുത്തു വന്നപ്പോൾ, നീ വീണ്ടും എന്നെ അപായപ്പെടുത്താൻ ശ്രമിക്കുന്നു. ഞാൻ ഇപ്പോൾ മടങ്ങി വന്നത് നിന്നോട് ഒറ്റക്ക് പ്രതികാരം ചെയ്യാനാ. പക്ഷെ നിനക്ക് എന്തോ പറ്റിയെന്ന് പറഞ്ഞതിനാൽ പ്രതികാരത്തിനില്ല. ഞാൻ പിന്നെ നിന്നെ കണ്ടോളാം. ചക്കകൊമ്പൻ കാട്ടിലേക്ക് മടങ്ങി. രണ്ടാമതും അവന്റെ ശരീരത്തിൽ എന്തോ വീണ്ടും തറഞ്ഞു കയറി.

നിസഹായവസ്ഥയിൽ അവൻ വീണ്ടും വിളിച്ചു.

ചക്കേ.... ചക്കക്കൊമ്പാ എന്നെ കൈവിട്ടിട്ട് പോകരുത് ശത്രു ഇവിടെ എവിടെയോ ഉണ്ട്. ആ പുലമ്പൽ കേൾക്കാൻ ആരുമില്ലായിരുന്നു. കണ്ണുകൾ നിറഞ്ഞു. മുഖത്തെ ചുളുങ്ങിയ ചാലുകളി ലൂടെ തുള്ളിയായി ഒഴുകാൻ തുടങ്ങി. ആ ഓർമ്മകളിൽ ഹൃദയം ഉരുകി. രണ്ടര വയസിൽ പെറ്റമ്മ നഷ്ടമായി. മുലപ്പാൽ കുടിക്കേണ്ട പ്രായത്തിൽ അത് കിട്ടാതെ കാടും മേടും ഈ താഴ്വാരവും ചുറ്റി അലഞ്ഞു. എന്റെ സങ്കടം തിരിച്ചറിഞ്ഞവർ കൂടെ കൂട്ടി തീറ്റി വളർത്തി. തല എടുപ്പുള്ളവനായി

വളർന്നു വഴികാട്ടിയായി അവർക്ക് മുന്നേ നടന്ന് കടമ നിറവേറ്റുമായിരുന്നു.

എന്റെ അനാഥത്വം എന്നെ വേട്ടയാടുമ്പോൾ ഇരുകാലിമൃഗങ്ങളുടെ കുടിലുകളിലൂടെയും നടക്കുമായിരുന്നു. എനിക്ക് വിശന്നപ്പോൾ ഞാൻ അവരുടെ ആഹാരസാധനം ഭക്ഷിച്ചു. അതിൽ രുചി തോന്നിയതിനാൽ ശീലമാക്കി. ചിലപ്പോഴെല്ലാം എന്റെ ചങ്ങാതിയും കൂടെ ഉണ്ടായിരുന്നു. അവന് കൂടുതൽ ഇഷ്ടം പഴങ്ങളായിരുന്നു. അവർ ഞങ്ങളെ വിളിച്ചുകൊണ്ടിരുന്ന പേര് അരികൊമ്പനും ചക്കകൊമ്പനും എന്നായിരുന്നു. കെട്ടിറങ്ങാതെ ചെവിവീശി തല ചുറ്റിച്ചു നിൽക്കുന്നതിനിടയിൽ കണ്ണുകൾ മൂടി. ഉൾബോധമനസ് പിടഞ്ഞു. കണ്ണിൽ നിന്നും കണ്ണുനീർ ഒഴുകാൻ തുടങ്ങി.

സഹ്യാ നിന്റെ വിരിമാറിൽ ഏൽപ്പിച്ചിട്ട് എന്റെ അമ്മ പോയി. എനിക്ക് വിശന്നപ്പോൾ, നീ ഊട്ടി. കരഞ്ഞപ്പോഴെല്ലാം നിന്റെ കുളിർക്കാറ്റ് എന്നെ തണുപ്പിച്ചു. പിച്ചവെച്ച് ഓടി നടന്നപ്പോഴെല്ലാം വീഴാതെ നീ കാത്തു. നീയും എന്നെ കൈവിടുകയാണോ? മലമുകളിൽ നിന്ന് പറന്നെത്തിയ കാറ്റ് കണ്ണിനെ മറച്ച് കരിംപടത്തെ ദൂരേക്ക് എടുത്തു കൊണ്ടുപോയി. കലി തുള്ളി ഞാൻ ഒന്ന് ചിമിട്ടി. വീണ്ടും മറ്റൊരു കരിംപടം കണ്ണുകൾ മൂടി കാറ്റെടുത്തു. വീണ്ടും മൂന്നാമത് ഒരു സാധനം കൂടി എന്റെ മേലിൽ തറഞ്ഞു കയറി. അതോടെ ഞാൻ ആകെ തളർന്നു. ഇരുകാലി മൃഗങ്ങൾ വളഞ്ഞു. സ്വവർഗ്ഗത്തിൽപ്പെട്ട നാലുപേർ വേറെയും. കയ്യും, കാലും ചുറ്റിമുറുക്കി എന്തോ ഒരു സാധനം മണ്ണും ഇളക്കി എന്റെ നേരെ വന്നു. ഒന്നിടിച്ചു നോക്കി. എനിക്കാവുന്നില്ലാ. സ്വവർഗ്ഗങ്ങൾ ചുറ്റും നിന്ന് ആ കൊമ്പുകൾ കൊണ്ട് ഒരുപാട് കുത്തി. വേദനകൊണ്ട് പുളഞ്ഞ ഞാൻ അമ്മയെ വിളിച്ചു കരഞ്ഞു.

ആകാശം കരിവാളിച്ച് ചരൽ കനത്തിൽ പെയ്തിറങ്ങി. മഞ്ഞ് വിരിച്ച് മറ തീർത്തു. അവർ എന്നെ വിട്ടില്ലാ. എന്തോ ഒന്നിന്റെ മുകളിൽ കയറ്റി എന്നെ ബന്ധിച്ചു. കഴുത്തിൽ എന്തോ ചുറ്റി. ഞാൻ ചുറ്റും നോക്കി നിരനിരയായി കിടക്കുന്ന ഏതോ ജീവികൾ ധാരളം ഇരുകാലിമൃഗങ്ങൾ. നിസഹായനായി ദൂരേക്ക് നോക്കി. ഇണകളില്ല, എന്റെ ചോര പിറവികളില്ല. ഉറ്റചങ്ങാതി ചക്കകൊമ്പനില്ല. എല്ലാം എന്നെ വിട്ട് ഓടി മറയുന്നതുപോലെ തോന്നി എന്നെ പുണർന്ന് പെയ്യുന്ന മഴ. എന്റെ ജന്മദേശം എവിടേക്കോ ഓടി മറയുന്നു. എനിക്കും അവകാശപ്പെട്ട കാടും മലയും മണ്ണും തേടി ഞാൻ യാത്ര തുടങ്ങി. ഒരുനാൾ സഹധർമ്മണികളും കുട്ടികളും അവർക്ക് മുന്നിൽ ചക്കക്കൊമ്പനും കണ്ടുമുട്ടും എന്ന പ്രതീക്ഷയിൽ.

ശുഭം

1

ലഹരി പതയും യൗവ്വനം.

കേട്ടവർ മൂക്കിൻ തുമ്പിൽ വിരൽ വച്ചു. അത്ഭുതം പോലെ അറിയാതെ നാവുകൾ പറഞ്ഞു. 'ദൈവമേ.'

പ്രായഭേദമന്യേ നാട്ടുകാർ ആ മുറ്റത്തേക്ക് ഓടിക്കൂടാൻ തുടങ്ങി. നിറകണ്ണുകളും വാടിയ മുഖങ്ങളുമല്ലാതെ ആരുമില്ല. തകൃതിയായി പന്തലിന്റെ പണി ചെയ്യുന്ന ഭായിമാർ. സിറ്റൗട്ടിൽ ജീവച്ഛമായിരിക്കുന്ന രാഘവൻ. ആകാശം ഇടിഞ്ഞ് വീഴുമെന്നു പറഞ്ഞാൽ പോലും പതറാത്ത മനുഷ്യൻ. തുറന്നിരിക്കുന്ന രണ്ട് കണ്ണുകൾ മാത്രം.

മുറിക്കുള്ളിൽ വെട്ടിയിട്ട വാഴപോലെ കിടക്കുന്ന സുഭദ്ര. അരികിലിരുന്ന് തേങ്ങി കരയുന്ന മകൾ. ഇതെല്ലാം കണ്ട് കണ്ണുനീർ തുടച്ച് മാറി നിൽക്കുന്ന സ്വന്തത്തിലും അയൽ പക്കത്തുമുള്ള സ്ത്രീകൾ. കാര്യങ്ങൾ ഒന്നും ആർക്കും ആരോടും ചോദിക്കാൻ കഴിയുന്നില്ല.

ഒന്നുമില്ലായിമയിൽ നിന്നും ജീവിതം തുടങ്ങിയ രാഘവൻ. പണമാണ് ജീവിതത്തിൽ എല്ലാത്തിനും മുകളിൽ, പണത്തിന് മുകളിൽ പരുന്തും പറക്കില്ലാ എന്ന് വിശ്വസിച്ചയാൾ. വെറും ഇലക്ട്രിക്കൽ വയറിംങ്ങുമായി നടന്ന മനുഷ്യൻ. തട്ടി മുട്ടി ഒരു നാൾ ഒരു റീസോ കമ്പനി തുടങ്ങി. എന്തൊക്കയോ കാണിച്ച് കമ്പനി വളർത്തി. പീലിംഗും, പ്രസ്സുമായി വലിയൊരു പ്ലൈവുഡ് ഫാക്ടറിയാക്കി. ചുരുങ്ങിയ നാളുകൾക്കുള്ളിൽ കോടീശ്വരൻ. ഭാര്യയും മകളും മകനുമായിരുന്നു കുടുംബം. അയാൾക്കറിയാം മക്കൾ പഠിക്കാൻ വലിയ മിടുക്കരല്ലയെന്ന്. എന്നാലും ഫുൾ എ പ്ലസ് വാങ്ങിക്കാൻ വേണ്ടി കുട്ടികൾ പറയുന്ന കാര്യങ്ങളെല്ലാം സാധിച്ചു കൊടുക്കുമായിരുന്നു. അതുകൊണ്ട് തന്നെ കുട്ടികൾക്ക് പൈസയ്ക്ക് യാതൊരു ദാരിദ്ര്യവും ഉണ്ടായിരുന്നില്ലാ. കുട്ടികളാകട്ടെ പശുവിൻ അകിട്ടിലെ പാൽപോലെ ഊറ്റി കുടിക്കുന്ന സ്വഭാവത്തിൽ വളർന്നു. പ്ലസ്ടൂവിന് പഠിക്കുമ്പോൾ തന്നെ മകൾ ഒരുവനുമായി ഇഷ്ടത്തിലായി ഒളിച്ചോടി പോകുകയും ചെയ്തു. ഊട്ടിയിൽ വച്ച് പിടികൂടി നാട്ടിലെത്തിച്ച് നാലാളറിയെ ലക്ഷങ്ങൾ ചിലവഴിച്ച് വിവാഹം നടത്തി കൊടുത്തു.

രാഘവന്റെ കണ്ണിൽ നിന്നും രണ്ട് തുള്ളി കണ്ണുനീർ മാറിലേക്ക് വീണു. അയാൾ കൺപീളകൾ ഇറുക്കി.

മകനെ പഠിപ്പിച്ചു ഫുൾ എ പ്ലസ് കിട്ടിയില്ലെങ്കിലും പണം കൊടുത്ത് എൻജിനീയറിംഗിന് അഡ്മിഷൻ തരപ്പെടുത്തി. വീട്ടിൽ വന്ന് പോകാൻ മാത്രം ദൂരം , ലൈസൻസും വാഹനവും ഉണ്ടായിരുന്നിട്ടും. ധാരാളം പഠിക്കാനുണ്ട് വീട്ടിൽ വന്ന് പോയാൽ സമയം കിട്ടില്ലായെന്ന് പറഞ്ഞ് കോളേജിനടുത്ത മുറി വാടകക്കെടുത്ത് താമസിച്ചു. കയ്യിൽ എപ്പോഴും ആവശ്യത്തിലേറെ പണവും. നാല് വർഷം കടന്ന് പോയി.

മകൻ ജയിച്ചോ തോറ്റോ എന്നൊന്നും വീട്ടിലാർക്കും അറിയില്ല. പഠിത്തം കഴിഞ്ഞ് വീട്ടിലെത്തിയ അവൻ ആരോടും യാതൊരു ബന്ധവുമില്ലാത്തപോലെ മുറിക്കുള്ളിൽ ഒതുങ്ങികൂടി. അച്ഛനോ അമ്മയോ സഹോദരിയോ അവരുടെ ഭർത്താവോ എന്ത് ചോദിച്ചാലും ഉത്തരമില്ലാ. ആവർത്തിച്ച് ചോദിച്ചാൽ പൊട്ടിത്തെറിക്കുന്ന സ്വഭാവം.

കുറച്ച് നാളുകൾക്ക് ശേഷം അയാൾ അച്ഛനോട് ഒരു കാര്യം മാത്രം സംസാരിച്ചു. അയാൾക്ക് ഉന്നത വിദ്യാഭ്യാസമെടുക്കാൻ ദുബായിക്ക് പോകണമെത്രെ. തിരിച്ചുള്ള ചോദ്യത്തിന് മറുപടി ഒന്നുമില്ലാ. ഒടുവിൽ അച്ഛൻ അനുവാദം നൽകി. അങ്ങനെ ദുബായിക്ക്. വീണ്ടും നാല് വർഷം കഴിഞ്ഞ് നാട്ടിലെത്തി. പഴയതിലും കഷ്ടം. മുറിക്കുള്ളിൽ നിന്നും തീരെ പുറത്തിങ്ങുന്നില്ല. നേരാവണ്ണം ഭക്ഷണമില്ല കുളിയില്ല. ഇടയ്ക്കെല്ലാം ഫോൺവിളിക്കുന്നത് കേൾക്കാം. മണിക്കൂറുകൾ കഴിയും. ഒരാൾ വീട്ടിൽ വരും, മുറിയ്ക്കകത്ത് പോകും, തിരിച്ച് പോകും. അയാൾ ആരാന്നോ എന്തിന് വന്നുവെന്നോ വീട്ടിലുള്ള മറ്റുള്ളവർക്ക് ചോദിക്കാനോ പറയുവാനോ അനുവാദമില്ലാ. ചോദിച്ചാൽ മറുപടി പറഞ്ഞാൽ അസഭ്യം മാത്രം.

വീടും പരിസരങ്ങളും ജനസാന്ദ്രമാണ്. ചെറുകൂട്ടങ്ങളായി ജനം സംസാരിക്കാൻ തുടങ്ങി. വെറും പാവം പയ്യൻ അവന് എന്ത് പറ്റി. എന്തോ മയക്ക് മരുന്ന് ഉപയോഗിച്ചിരുന്നു. ആരെല്ലാമോ ഇവിടെ എത്തിക്കുന്നുണ്ടായിരുന്നു. ഒടുവിൽ പോയ്സൺ അടിച്ചു. ഇത് മാത്രം ജനങ്ങൾക്കറിയാം.

ഒരു ആംബുലൻസ് പടിക്കലെത്തി. ബോഡി പന്തലിലേക്ക്. കൂട്ടകരച്ചിൽ ബോധരഹിതനായി രാഘവൻ കസേരയിൽ നിന്ന് താഴെ വീണു.

****** ശുഭം******

1

എ പ്ലസ്

ഞാൻ പഠിച്ച എന്റെ ഗ്രാമത്തിലെ വലിയ സ്കൂൾ കുട്ടികളുടെ എണ്ണത്തിലും അന്നും ഇന്നും മുന്നിൽ. എന്നാൽ ഞാൻ പഠിച്ചകാലവും, അദ്ധ്യാപകരും. പഠനവും പഠിപ്പിക്കുന്ന രീതികളും അടിമുടി മാറി. കുട്ടികൾക്കും, രക്ഷിതാക്കൾക്കും, അദ്ധ്യാപകർക്കും, വിദ്യാലയങ്ങൾക്കും ഇന്ന് എപ്ലസ് മാത്രം മതി. എന്തിനുള്ള എ പ്ലസാണ് വേണ്ടതെന്ന് ആരും ചിന്തിക്കുന്നില്ല. അമൂൽ ബേബികളേയോ അതോ ബ്രോയിലർ ചിക്കൻ ഫാമോ? നാം സൃഷ്ടിക്കുന്നത്.

പത്തും പതിനൊന്നും, പന്ത്രണ്ടും ക്ലാസുകളിൽ പഠിക്കുന്ന കൗമാരക്കാരായ കുട്ടികളെ മീറ്റിംഗ് നടക്കാറുള്ള ഹാളിൽ വിളിച്ചു കൂട്ടി. പൂർവ്വ വിദ്യാർത്ഥിയും ഇപ്പോഴത്തെ സ്ഥലം സി.ഐ ഐപ്പ് സാർ മുഖ്യ പ്രഭാഷകനായി എത്തി.

ഈശ്വരപ്രാർത്ഥനയും, സ്വാഗതവും, അദ്ധ്യക്ഷ പ്രസംഗവും പെട്ടെന്ന് പൂർത്തിയാക്കി ഐപ്പ് സാർ ക്ലാസാരംഭിച്ചു. ലഹരിയുമായി ബന്ധപ്പെട്ട ക്ലാസായിരുന്നു.

കഞ്ചാവ്, മദ്യം, മയക്കുമരുന്നുകൾ, മിഠായികൾ, മധുര പലഹാരങ്ങൾ രുചിയൂറുന്ന മറ്റു വിഭവങ്ങൾ, പാനിയങ്ങൾ തുടങ്ങിയ വസ്തുക്കളിലൂടെ കുട്ടികൾ അറിഞ്ഞും അറിയാതെയും ലഹരിസാധനങ്ങളിൽ എത്തപ്പെടുന്ന രീതികൾ അതിലെ ചതികുഴികൾ. അത് മൂലം സംഭവിക്കുന്ന വൻ ആപത്തുകൾ. ശാരീരിക, സാമ്പത്തിക, മാനസിക പ്രശ്നങ്ങൾ. വ്യക്തികളിലും, കുടുംബങ്ങളിലും, സമൂഹത്തിലും ഉണ്ടാകുന്ന മാറ്റങ്ങൾ. അങ്ങനെ നീണ്ടുപോയ ഒന്നര മണിക്കൂർ ക്ലാസ്.

കുട്ടികളുടെ സംശയ നിവാരണത്തിനായി അല്പനേരം കാത്ത് നിന്നു. കുട്ടികളുടെ അടക്കം പറച്ചിൽ. ഐപ്പ് സാർ 'ധൈര്യമായി ചോദിക്കൂ'. ഇരുന്നും എണീറ്റുമായി ഒരു കുട്ടി.

'സാർ ഇതെല്ലാം മുതിർന്ന കരങ്ങളിലൂടെയല്ലേ ഞങ്ങളിൽ എത്തുന്നത്. അവർക്കും മക്കളും കൊച്ചു മക്കളും ഉള്ളവരല്ലേ?'

അദ്ധ്യാപകർ മുഖാമുഖം, ഒരു അദ്ധ്യാപകൻ ആംഗ്യഭാഷയിൽ ആ കുട്ടിയോട് ഇരിക്കുവാൻ ആവശ്യപ്പെട്ടു. ഐപ്പ് സാറിന്റെ ദൃഷ്ടിയിൽ അത് പതിയുകയും ചെയ്തു.

'സി.ഐ ആ അദ്ധ്യാപകനോടായി. അവർ ചോദിക്കട്ടെ എല്ലാ തിന്മകൾക്കെതിരെയും അവർ ചോദ്യങ്ങൾ ചോദിച്ചുകൊണ്ടിരിക്കട്ടെ.'

ഇത് കേട്ടതും മറ്റൊരു കുട്ടി. "സർ അങ്ങനെയെങ്കിൽ നിയമപാലകരായ നിങ്ങൾ മുതൽ ഭരണം നിയന്ത്രിക്കുന്ന എല്ലാ സംവിധാനങ്ങളിലും, മുതിർന്ന് ബഹുഭൂരിപക്ഷം ആളുകളും ഏതെങ്കിലും ലഹരി ഉപയോഗിക്കുന്നുണ്ടല്ലോ?".

സി.ഐ അല്പനേരം കൂടി കാത്തിരുന്നു. വേറെ ചോദ്യങ്ങൾ ഇല്ലായെന്ന് മനസിലാക്കി മറുപടി പറയുവാൻ തുടങ്ങി.

“വേലിയിൽ മുളയ്ക്കുന്ന കാട്ടുവള്ളി ചെടി കണ്ടിട്ടുണ്ടോ കുട്ടികളേ. അവ വളരാൻ തുടങ്ങിയാൽ പടരും. വെട്ടിനീക്കിയില്ലെങ്കിൽ ആ പ്രദേശം മുഴുവൻ പടരും. പിന്നെയും അനുകൂല സാഹചര്യമാണെങ്കിൽ ദേശം മുഴുവൻ വ്യാപിക്കും. അവ ഒരു നാൾ കൊണ്ട് വളർന്നവയല്ല. അത് മുളച്ചത് ഒരു നാമ്പിൽ നിന്നായിരിക്കും. അതുകൊണ്ട് തന്നെ നമ്മൾ ആ നാമ്പിൽ എത്തണം. വ്യാപിച്ചത് എവിടെ വരെ എത്തിയോ അവിടെന്ന് തുടങ്ങണം. അതാണ് കൗമാരക്കാരായ നിങ്ങളിൽ നിന്നും പുറകോട്ട് സഞ്ചരിക്കുന്നത്. അതിന് നിയമവും സംവിധാനങ്ങളും മുന്നിലുണ്ട്.

രാത്രിയും, പകലും പ്രകൃതി നിയമമാണ്. പ്രകൃതിയും, എല്ലാ ജന്മങ്ങളും ഒരു യാത്രമാത്രമാണ്. നിങ്ങൾ സ്കൂളിൽ നിന്നും ഒരു യാത്ര പോയി മടങ്ങി വരുന്നത് പോലെ. വിവേകിയും, നന്മനിറഞ്ഞവനുമാണ് നരൻ. ഇരുളിനെ മുറിക്കുവാൻ വെളിച്ചത്തിനേ സാധിക്കൂ. പക്ഷെ ഇരുൾ നമുക്കൊപ്പമുണ്ട്. നന്മയുള്ളവൻ വെളിച്ചമാണ്. അവർ പ്രകാശിക്കും. ലഹരി ഇരുളാണ് അത് ഒരുനാളും പ്രകാശിക്കില്ല. ഇത് മാറ്റങ്ങളുടെ ലോകമാണ് ശാസ്ത്ര സാങ്കേതിക പുരോഗതിയുടെ കാലം. നന്മയുടെയും തിന്മയുടെയും പോരാട്ടത്തിന്റെ കാലം. പണക്കൊതിയന്മാരുടെയും ദുഷ്ടശക്തികളുടെയും ലോകം. നമ്മുടെ ലഹരി നന്മയായിരിക്കട്ടെ. രക്ഷിതാക്കളും, അദ്ധ്യാപകരും വിദ്യാഭ്യാസ സ്ഥാപനങ്ങളും നേടിയെടുക്കേണ്ട യഥാർത്ഥ എ പ്ലസുകൾ നന്മയായിരിക്കട്ടെ. “അദ്ദേഹം പറഞ്ഞവസാനിപ്പിക്കുമ്പോൾ കുട്ടികൾ നന്മയെ തിരിച്ചറിയുകയായിരുന്നു”.

****** ശുഭം******

1

കളിയും കാര്യവും

രണ്ടായിരത്തി പതിനെട്ടാംമാണ്ട് മുതൽ തുടർച്ചയായി ഉണ്ടായിക്കൊണ്ടിരിക്കുന്ന ജലപ്രളയവും രണ്ടായിരത്തി പത്തൊൻപതാം മാണ്ട് മുതൽ തുടങ്ങിയ കൊറോണ വൈറസും സാധാരണക്കാരുടെ ജീവിതം കശക്കിയെറിഞ്ഞു.

കാഴ്ചക്കാർക്കും, കേൾവിക്കാർക്കും മത്തായിച്ചന് മൗന വ്രതമായി തോന്നുമെങ്കിലും എരിഞ്ഞൊടുക്കുന്ന തീയാണ് ആ മനസ്സിൽ.

റേഷൻ, പാൽ നീളുന്നു വീട്ടിലെ അന്നത്തിനുള്ള ചിലവുകൾ. കൂടാതെ കറന്റ് ബില്ല്, വെള്ളത്തിന്റെ ബില്ല്, പത്രം, ടിവി ചാർജ്ജ് തുടങ്ങിയവയും. ഭാര്യയുടെയും, തന്റെയും മൊബൈൽ ചാർജ്ജ് ചെയ്യാൻ വേണം മാസം അഞ്ഞൂറ്. ദാ ഇപ്പോൾ അത് ഇനിയും കൂടുമെന്ന് മൊബൈൽ കമ്പനികളും പറയുന്നു.

ആകെ ഉപയോഗിക്കുന്ന ഒരു ഇരുചക്രവാഹനം. അതും ഉപയോഗിക്കാൻ പറ്റാതെ. ഈ ദുരിതഘട്ടങ്ങളിലും ദിനവും ഉയരുന്നു, ഇന്ധനവില. എന്തെങ്കിലും വാങ്ങി വേവിച്ച് കഴിക്കാൻ ഉപയോഗിക്കുന്ന ഗ്യാസിന് മനുഷ്യന്റെ ഗ്യാസ് പോകുന്ന വില.

നാളെ എന്തിനെല്ലാം വില കൂടുമെന്ന് വേദനയോടെ ചിന്തിക്കുന്ന രാവുകൾ. ചിന്തിച്ചാൽ പോരല്ലോ. പണത്തിന് പണം തന്നെ വേണ്ടേ. രണ്ട് മക്കൾ പഠിക്കുന്നു. ഓഫ് ലൈനും, ഓൺലൈൻ ക്ലാസ്സും തുടങ്ങിയതോടെ ചിലവ് കൂടി. രണ്ട് ഫോൺ കടം വാങ്ങിയ ഗഡുക്കൾ അടവ്. രണ്ട് ഫോൺ ചാർജ്ജ് ചെയ്യാൻ അറുനൂറ് രൂപ വേണം മാസം. ബാങ്കിലെ ലോണടവ്. സർവ്വീസ് സഹകരണ ബാങ്കിലെ ലോണും, ആകെയുള്ള സ്വർണ്ണപ്പണയവും. അണ്ണന്മാരുടെ കയ്യിൽ നിന്നും വാങ്ങിയ വട്ട പിരിവ്, ഇൻസ്റ്റാൾമെന്റിൽ വാങ്ങിയ വീട്ടുപകരണങ്ങളുടെ അടവ്. തൂക്ക് പാലങ്ങളിലൂടെ സഞ്ചരിക്കുമ്പോഴുണ്ടാകുന്ന ഒരുതരം ഉലച്ചിലുണ്ടല്ലോ പാലം തകരുമോ, വെള്ളത്തിൽ വീഴുമോ, പുഴയിൽ ഒഴുക്കുണ്ടോ, ആഴമുണ്ടോ എന്ന വ്യാധി അതേ അവസ്ഥയാണ്.

മത്തായിച്ചന്റെ ശരീരം വെറുതെയിരുന്ന് പുഷ്ടിപ്പെട്ടു. അപ്പോഴാണറിയുന്നത് മത്തായിച്ചന് പത്ത് മീറ്റർ ദൂരം പോലും നടക്കാൻ ശരീരം അനുവദിക്കുന്നില്ലായെന്ന്. വെറുതെയിരിപ്പും പുറത്തിറങ്ങിയാൽ ഇരുചക്രവാഹനത്തിൽ മാത്രമുള്ള യാത്രയും. ഭാര്യയോടും മക്കളോടും കാര്യങ്ങൾ പറഞ്ഞു. കളിയാക്കലും, ശകാരങ്ങളും കൂട്ടത്തിൽ ഉപദ്രേശവും, വ്യായാമം ചെയ്യാൻ.

പുരയുടെ ഉള്ളിലൂടെ നടക്കുമ്പോൾ ചോദിക്കും.

'ബൈക്ക് മുറിയിലേക്ക് കയറ്റണോ?'

'എന്തിന്'

'ഓടിക്കാൻ'

മുറ്റത്തെ ബാത്തൂറുമിലേക്ക് പോകുമ്പോൾ അടുത്ത ചോദ്യം.

'പപ്പ വണ്ടിയുടെ താക്കോൽ വേണോ.'

'എന്തിന്.'

അല്ല ബാത്തൂറുമിൽ പോകാൻ വണ്ടിവേണ്ടേ?

'ഉം.' ഇരുത്തിമൂളൂം. 'കണ്ണുള്ളപ്പോൾ കണ്ണിന്റെ വിലയറിയില്ല മക്കളെ'.

'അതെ എനിക്കും പറയാനുള്ളൂ.'

'എന്ത്.'

'മക്കളെ കണ്ടും മാമ്പൂകണ്ടും ഇരിക്കണ്ടായെന്ന്.'

'ഓ.... തമാശിച്ചതായിരിക്കും.'

'അല്ലാ ഞാൻ ഒരു കൗണ്ടറടിച്ചു നോക്കിയതാ.'

'ഓ കൗണ്ടർ. ഹും.. പുതിയ തലമുറയല്ലേ ആരോട് എന്ത് പറയണം പറയണ്ടാ യെന്ന് ഒരു വിവരവുമില്ലാ.'

'മത്തൻ കുത്തിയാൽ കുമ്പളം മുളയ്ക്കോ പപ്പാ.'

'വായൽ തോന്നിയത് കോതക്ക് പാട്ട്. വല്ല വാഴയും വച്ചാൽ മതിയായിരുന്നു.'

'ഒരു കാര്യവുമില്ലാ കുറ്റലച്ച് പോയാൽ തീർന്നില്ലേ: അതെ ഈ കോതയേതാ.'

'ദേ അകത്തുണ്ട് അവിടെ പോയി ചോദിച്ചാൽ മതി പറഞ്ഞ് തരും.'

'അകത്ത് നിന്ന് അമ്മയുടെ മറുപടി. 'പഴയ വല്ല കൂട്ടുകാരിയും ആയിരിക്കും അവിടെ തന്നെ ചോദിച്ചു നോക്കു മോനെ.'

കുറെ കാലമായി വല്ലാത്ത പ്രയാസം ശരീരം ഇളപ്പെട്ടത് പോലെ ചന്തിയുടെ രണ്ട് പാളിയും തുടയുടെ എല്ലും മാംസവും ചേരുന്ന ഭാഗവും മുട്ടും മുട്ടിന് താഴേക്കും. ഇത് വല്ല രോഗവുമാണോ ഈ നില തുടർന്നാൽ നിത്യരോഗിയാകുമോ? ഒടുവിൽ വ്യായാമം ചെയ്യാൻ തീരുമാനിച്ചു വീട്ടിൽ അവതരിപ്പിക്കുകയും ചെയ്യ്തു.

പിറ്റേന്ന് രാവിലെ ഉണർന്നു. പുതപ്പു മാറ്റിയപ്പോൾ കുളിര്. ആളുകളുടെ മുന്നിലൂടെ വ്യായാമം എന്ന് പറഞ്ഞ് നടക്കാൻ ഒരു ചമ്മലും. തലേന്ന് വീട്ടിൽ എല്ലാവരോടും വലിയ വായിൽ പറയുകയും ചെയ്തു. പലതും ചിന്തിച്ചു കിടന്ന് സമയം കളഞ്ഞതല്ലാതെ ഒന്നും ഉണ്ടായില്ലാ. ഭാര്യ ഒരു ഗ്ലാസ് ചായ കൊണ്ടു കൊടുത്തു. മത്തായിച്ചൻ ചായ കുടിക്കുന്നതിനിടയിൽ ഇടക്കണ്ണിട്ട് ഭാര്യയെ നോക്കി.

'അല്ലാ ഇന്നലെ എന്തൊക്കെയോ പറഞ്ഞെന്നു തോന്നുന്നു. രാവിലെ നടക്കാൻ പോകുന്നുവെന്നോ അങ്ങനെ വല്ലതും പറഞ്ഞിരുന്നോ.'

അടുത്ത മുറിയിൽ നിന്നും. 'അമ്മച്ചി പപ്പാ രാവിലെ ഓടാൻ പോയോ.'

'എവിടെ ദാ കിടക്കണു. അതെ, അവിടെ വേദന, ഇവിടെ വേദന ഈ പറച്ചിലല്ലാതെ വല്ലതും നടക്കോ മനുഷ്യ.'

'ഞാൻ അപ്പോഴെ പറഞ്ഞില്ലേ അമ്മ പപ്പാ തള്ളിൽ പിഎച്ച്ഡി എടുത്തിട്ടുള്ള ആളാന്ന്.'

ആ പകൽ മുഴുവൻ എല്ലാവർക്കും കളിയാക്കാൻ മത്തായിച്ചനായി കാരണം ഒരുക്കി.

പിറ്റേന്ന് പുലർച്ചെ നാല് മണിക്കുണർന്നു. ബർമൂഡയും ടീഷർട്ടും എടുത്തിട്ടു നീർകെട്ടിന്റെ ശല്ല്യം ഉള്ളതു കൊണ്ട് തലയിലും ചെവിയിലും ക്യാപ്പിട്ടു. കൊറോണ കാലമായതുകൊണ്ട് രണ്ട് മാസ്ക്കും വച്ച് വീടിന് പുറത്ത് കടന്നു. ശരീരം തണുക്കുന്നു. മടിതോന്നി പുറകോട്ട് തിരിഞ്ഞു നോക്കി.

പൂമുഖ പടിയിൽ സ്നേഹം തുളുമ്പുന്ന പൂന്തിങ്കളായി ഭാര്യ.

'എടി നല്ല തണുപ്പ്.'

'ഉം...ഉം... മനസിലായി. നിങ്ങൾ ഒന്ന് ശ്രമിച്ച് നോക്ക് മനുഷ്യാ.'

'തീരെ നടക്കാൻ പറ്റുന്നില്ലാടി.'

3

'നിങ്ങൾ ഇങ്ങനെ മടിയനാകാതെ. ഒന്നും ആർക്കും പറ്റിയിട്ടല്ലാ എല്ലാവരും ഓരോന്നും ചെയ്യുന്നത്.'

'എടി'

'പിള്ളേര് എണീറ്റാൽ ഇന്നും കളിയാക്കൂട്ടോ.'

എല്ലാം കണക്കാ ചത്താലും പറയും മരണം എല്ലാവർക്കും ഉള്ളതല്ലേന്ന്. നിരാശയോടെ പുറത്തേക്കിറങ്ങി. ഭാഗ്യം ആളുകൾ ഉണർന്നിട്ടില്ലാ. ഒറ്റപ്പെട്ട വഴി വിളക്കുകൾ. ഒരു വിധത്തിൽ നടക്കുന്നതിനിടയിൽ ഇരുട്ടിൽ നിന്നും ഒരു കൂട്ടം നായ്ക്കൾ കുരച്ചുകൊണ്ട് പിന്നാലെ. വയ്യാത്ത മത്തായിച്ചൻ പ്രാണരക്ഷാർത്ഥം ഓടാൻ തുടങ്ങി. പിന്നാലെ നായ്ക്കൂട്ടം. ഓട്ടത്തിനിടയിൽ പിന്നിലേക്ക് തിരിഞ്ഞ് നോക്കിയതും കാല് തട്ടി വായുവിലൂടെ മൂന്ന് മറിച്ചിലും. മറിഞ്ഞ് മൂക്കിടിച്ച് കമിഴ്ന്ന് വീണു, വാഹനം കയറിയിറങ്ങി പോയ തവളയെ പോലെ. മത്തായിച്ചന്റെ വായുവിലൂടെയുള്ള മറിച്ചിൽ കണ്ട് നായ്ക്കൂട്ടം ബ്രേക്ക് ചെയ്യാൻ ശ്രമിച്ചെങ്കിലും മുന്നിൽ വന്ന നായയും അവിടെ മൂക്കിടിച്ച് വായുവിലൂടെ എസ് പോലെ വളഞ്ഞ് പുളഞ്ഞ് വീണു. കൂടെ ഉണ്ടായിരുന്ന നായ്ക്കൾ മുന്നിൽ കണ്ട കാഴ്ചയിൽ പീ...പീന്ന് ശബ്ദിച്ച് നാല് ദിക്കിലേക്കായി ഭയന്നോടി.

ഹനുമാൻ മുഖവുമായി മത്തായിച്ചൻ ദയനീയമായി തലയുയർത്തി നോക്കി. അതുപോലെ ചടഞ്ഞ മൂക്കുമായി നായയും. ഇരുവരും മുഖാമുഖം ഭയ പരവശരായി. മത്തായിച്ചന്റെ മുഖത്ത് മാറിമറഞ്ഞു കൊണ്ടിരുന്ന നവരസങ്ങൾ നായയെ കൂടുതൽ ഭയപ്പെടുത്തി. ഗത്യന്തരമില്ലാതെ മത്തായിച്ചൻ ഉച്ചത്തിൽ ഒറ്റ കരച്ചിൽ എന്തോ അപകടം തോന്നിയ നായ വെപ്രാളത്തിൽ എണീറ്റ് പീ...പീന്ന് ശബ്ദിച്ച് അതിവേഗത്തിലോടി മറഞ്ഞു. അന്തംവിട്ട് മത്തായിച്ചൻ പെട്ടന്ന് കരച്ചിൽ നിറുത്തി നിസഹായവസ്ഥയിൽ ചുറ്റും നോക്കി. കാലിടിച്ച സ്ഥലത്ത് എന്തോ നിൽക്കുന്നു. മഞ്ഞ നിറത്തിലുള്ള ഒരു കുറ്റി. വീണ്ടും ശ്രദ്ധയോടെ നോക്കി കറുത്ത മഷിയിൽ എഴുതിയ അക്ഷരങ്ങൾ വായിച്ചു. കെ.റെയിൽ.

മുഖത്ത് മണ്ണും പറ്റി നീര് മെത്തിയ മുഖവുമായി ഒക്കി കുത്തി ഒരു വിധത്തിൽ വീട്ടിലെത്തി. ഇടിവെട്ട് ഏറ്റവനെ പാമ്പുകടിച്ചതുപോലെ ഇറയത്ത് തൂണിൽ ചാരിയിരുന്നു. ഉമ്മരത്തേക്ക് വന്ന ഭാര്യ കണിയായി കണ്ടത് ഒരു ശില്പത്തെ പോലെയിരിക്കുന്ന മത്തായിച്ചനെ.

'എന്ത് പറ്റി.'

'നിന്റെ അമ്മേടെ.' തുടങ്ങി ചില പ്രയോഗങ്ങൾക്കൊടുവിൽ കാര്യങ്ങൾ പറഞ്ഞു.

അങ്ങനെ നടത്തവും നായക്കഥകളും പറഞ്ഞ് കളിയും കാര്യവുമായി മക്കളും കൊച്ചുമക്കളുമായി മത്തായിച്ചന്റെ ജീവിതം പിന്നെയും ബാക്കി.

ശുഭം

****

1

കാടിന്റെ മക്കൾ

അപ്പൂപ്പൻ താടികൾ എത്ര മനോഹരമാണ്. എരുക്ക് മരത്തിൽ നിന്നും അവ വേർപ്പെട്ട് പാറി പറന്ന് നടക്കുമ്പോൾ മാത്രമാണ് അഴകുള്ളൂ. അക്ഷരകൂട്ടങ്ങൾ നിയമഗ്രന്ഥങ്ങളിൽ നിന്നും നല്ല ഭരണാധികാരികളുടെ കരങ്ങളിലൂടെ പരിലാളിക്കപ്പെടുമ്പോൾ മാത്രമാണ് ആ ആത്മാവിന് തിളക്കമുള്ളൂ.

പണാധിപത്യം എന്താണെന്നറിയാത്ത സ്വാമിനാഥൻ. സഹജീവികളെ സ്നേഹിക്കുവാനും കരുതുവാനും മാത്രം വിവേകമുള്ള സംസ്ക്കാരത്തിന്റെ യഥാർത്ഥമുഖം. പ്രകൃതി കനിഞ്ഞ് നൽകുന്ന വിഷമില്ലാത്ത ഭക്ഷണങ്ങൾ കഴിച്ച് ശീലിച്ചവൻ. കാടും, കാട്ടു മൃഗങ്ങളെയും പ്രണയിച്ചവർ. ആഢംബരങ്ങൾ തൊട്ടു തീണ്ടാത്ത പച്ചയായ മനുഷ്യവർഗ്ഗം.

വിവാഹശേഷം തന്റെ ചോരയിൽ പിറക്കുന്ന കൺമണിയെ കാണുവാനായി കാലങ്ങളോളം കാത്തിരുന്നു. കാടിന്റെ മക്കളെങ്കിലും കാടത്തമില്ലാതെ കാമവലയത്തിൽ കൊത്തിയെടുത്ത പിണ്ഡങ്ങൾ ആയുസിന്റെ പൂർണ്ണ രൂപത്തിൽ വെളിച്ചം കാണാൻ കഴിയാതെ പലനാൾ കൊഴിഞ്ഞുപോയി.

കാത്തിരിപ്പിനൊടുവിൽ വീണ്ടും ഗർഭപാത്രം പൂർണ്ണതയിൽ. ഇനിയും നഷ്ടങ്ങളുടെ ആവർത്തനം ഉണ്ടാകരുത് എന്നയാൾ ആഗ്രഹിച്ചു. കേട്ടറിവുമായി സർക്കാർ മെഡിക്കൽ കോളേജിൽ പ്രിയപ്പെട്ടവളെ പ്രസവ വാർഡിൽ പ്രവേശിപ്പിച്ചു. തനിക്കും ഒരുനാൾ ജന്മം നൽകിയ ഉദരത്തോട് പറ്റിചേർന്ന് വരാന്തയിൽ കാത്തിരുന്നു. ഇരുമുഖങ്ങളും പ്രശോഭിതമായിരുന്നു.

ചില സമയങ്ങളിൽ മാലാഖമാർ പറയുംവിധം പല ആവശ്യങ്ങൾക്കായി ഉത്സാഹഭരിതനായി ഓടി നടന്നു. നേരിൽ കാണാത്ത ആ തുടിപ്പ് കാണാൻ മനസ് വെമ്പൽ പൂണ്ടു. ജട പിടിച്ച് വെട്ടിമുറിക്കാതെ അലങ്കോലമായി പാറികളിക്കുന്ന തലമുടി. വെള്ളം കാണാത്ത വിയർപ്പുനാറുന്ന വസ്ത്രങ്ങൾ. അയാൾ സന്തോഷവാനാണെങ്കിലും നിരകളിലും, ആൾകൂട്ടങ്ങളിലും മറ്റുള്ളവർക്ക് ഈർഷ്യയുണ്ടാക്കുന്നു. സ്വാമിനാഥന് അത് തിരിച്ചറിയാൻ കഴിഞ്ഞിരുന്നില്ല. കുളിയില്ലെങ്കിലും കൗപീനം പുറപുറത്ത് തന്നെയിടുന്ന മനുഷ്യത്വം ലവലേശം തൊട്ടു കൂടാത്ത ചിലർക്ക് അയാളെ ഉൾകൊള്ളാൻ കഴിയുമായിരുന്നില്ല. ഓട്ടങ്ങൾക്കൊടുവിൽ അല്പ വിശ്രമത്തിനായി തിരക്കുള്ള ഒരിടത്ത് ബഞ്ചിന്റെ ഒഴിഞ്ഞ് കിട്ടിയ ഇടത്ത് അയാളിരുന്നു.

പിണ്ണാക്ക് വെള്ളം ഊറി കുടിച്ച ആട് ചീറ്റുന്ന പോലെ അടുത്തിരുന്ന ഒരാൾ ചീറ്റാൻ തുടങ്ങി. തലേന്ന് മുതൽ ആശുപത്രിവാസത്തിലായിരുന്ന സ്വാമിനാഥൻ ഇതൊന്നും അറിയുന്നില്ല. മൂക്ക് ചീറികൊണ്ടിരുന്നയാൾ അടുത്തിരുന്ന മറ്റൊരാളുടെ കാതിൽ മന്ത്രിച്ചു.

"നാറിയിട്ട് പാടില്ലാ. കുളിയും നനയുമില്ലാത്ത വർഗ്ഗങ്ങള്. ഇതുങ്ങളെയൊന്നും മെഡിക്കൽ കോളേജിലേക്ക് കയറ്ററുത്. കാട്ടിലെങ്ങാനും കിടന്ന് ചത്ത് കെട്ട് പോകേണ്ട വർഗ്ഗം. തല്ലിയോടിക്കണം. അതാവേണ്ടത്. നാല് പേർ നാല് പൊട്ടിക്കൽ കൊടുത്താൽ പിന്നെ വരില്ലാ."

പണവും പവറും സവർണ്ണനുമാണെങ്കിൽ അവന് കുട പിടിക്കാൻ ഇപ്പോഴും ഉണ്ട് കുറെ അല്പന്മാർ. ഇതെല്ലാം കേട്ട് അയാൾ ചോദിച്ചു. "രണ്ട് പൊട്ടിക്കൽ കൊടുത്ത് ഓടിക്കണോ സാർ. വഴിയുണ്ട്."

"എന്ത് വഴി."

"സാർ കൂടെ നിന്ന് തന്നാൽ മതി"

"പ്രശ്നമാകുമോ."

"എന്ത് പ്രശ്നം. സാർ ഉറക്കം നടിക്കണം എന്നിട്ട് അവൻ ഇവിടുന്ന് മാറുമ്പോൾ സാറിന്റെ പേഴ്സ് പോക്കറ്റടിച്ചു എന്ന് പറഞ്ഞ് ബഹളം ഉണ്ടാക്കണം. ബാക്കി കാര്യം ഞാൻ ഏറ്റു."

"എന്തെങ്കിലും സംഭവിച്ചാൽ."

"എന്ത് സംഭവിക്കാൻ ആൾക്കൂട്ടത്തിന് നേരെ ആര് എന്ത് ചെയ്യാൻ. ആദിവാസികൾക്കും ദളിതർക്കും നേരെ നടക്കുന്ന ആൾക്കൂട്ട ആക്രമണം യാദൃശ്ചികമല്ല കൃത്യമായ പ്ലാനാണ്. സാർ ഒന്നുകൊണ്ടും പേടിക്കണ്ട. പോലീസ് കണ്ണടയ്ക്കും. സർക്കാർ മുഖം തിരിക്കും. ബുദ്ധിജീവികൾ കുറെ കുരക്കും. കേസ് ഇലാസ്റ്റിക് പോലെ നീളും. കുറെ കാലം കഴിയുമ്പോൾ ആ തീകെട്ടാറും. ഏറിയാൽ അത്രയുള്ളൂ സാർ."

അവർ കാര്യങ്ങൾ നീക്കി. ഒരു കള്ളനെ കയ്യോടെ പിടികൂടിയതുപോലെ കണ്ടുനിന്നവർ പോലും മർദ്ദിച്ചു. സെക്യൂരിറ്റി ഓടിയെത്തി. മോഷണം അവിടെ പതിവായതുകൊണ്ട് അയാളും മൗനാനുവാദം നൽകി. സ്വാമിനാഥന്റെ അമ്മ അവിടെ ഓടിയെത്തി അക്രമികളുടെ കാലുപിടിച്ച് യാചിച്ചു.

"എന്റെ മോൻ അങ്ങനെ ചെയ്യില്ലാ. അവനെ തല്ലരുത് ഞങ്ങൾ എങ്ങോട്ടെങ്കിലും പോയികൊള്ളാം. അവന്റെ ഭാര്യയുടെ പ്രസവത്തിന് വന്നതാണ്."

മനസാക്ഷി മരിച്ചുപോയ മനുഷ്യമൃഗങ്ങളോട് എന്ത് പറയാൻ. അവരെ കാട് കയറ്റിയതും ഈ കാട്ടാള വർഗ്ഗമല്ലേ? സെക്യൂരിറ്റി സ്വാമിനാഥനെ രക്ഷപ്പെടാൻ സഹായിച്ചു. പ്രാണരക്ഷാർത്ഥം ഓടിയെത്തിയത് പോലീസ് സ്റ്റേഷനിൽ. കാര്യങ്ങൾ ധരിപ്പിച്ചു. പോലീസിന് കേൾക്കാൻ പോലും താത്പര്യമില്ലാ. പേരിന് ആശുപത്രി സെക്യൂരിറ്റിയെ ഫോണിൽ വിളിച്ച് ഒരു അന്വേഷണം. മറ്റു പരാതികൾ എന്തെങ്കിലും വരുമോ എന്നറിയാൻ ഇരുട്ടുവോളം പോലീസ് കാത്തിരുന്നു. പരാതി ഒന്നും എത്തിയില്ല. ഒടുവിൽ പരാതിയുമായി വന്ന സ്വാമിനാഥനെ പോലീസ് വിരട്ടി. "മോഷണം നടത്തിയിട്ട് നീ പരാതിയുമായി വന്നിരിക്കുന്നു എന്നാണ് ആശുപത്രിയിൽ നിന്നും അറിയിച്ചത്. നിന്നെ പിടിച്ച് അകത്തിടണോ അതോ ഇതിൽ നിന്നും ഒഴിവാക്കി തരണമോ."

അല്പ നേരത്തെ മൗനത്തിന് ശേഷം അയാൾ പറഞ്ഞു. "എന്നെ ഒഴിവാക്കിക്കോളൂ എനിക്ക് പരാതിയില്ല സാർ."

പോലീസ് എഴുതിയ വെള്ള പേപ്പറിൽ ഒപ്പിടുവിച്ച് വാങ്ങി. സ്വാമിനാഥൻ വെളിയിലേക്കിറങ്ങി. പോലീസ് മേധാവി ആ പേപ്പർ കീറി വേയ്സ്റ്റ് ബോക്സിലിട്ടു. മറ്റുള്ളവരോട് പറഞ്ഞു. "ഇങ്ങനെ ഒരു സംഭവം ഉണ്ടായിട്ടില്ല."

ചോരയൊലിപ്പിച്ച് ശാരീരിക വേദനയോടെ നടക്കുമ്പോഴും അയാൾക്ക് അറിയാമായിരുന്നു. കാടിന്റെ മക്കൾക്ക് നാടിന്റെ പുത്രന്മാർ ഇത്രയും നീതിയെ തരൂ. ഇതിന് മുൻപ് തല്ലികൊന്ന മധുവിനെ ഓർത്തു. അയാൾ മനം നൊന്തുപറഞ്ഞു. "ഞങ്ങൾ കാട്ടിൽ മുളച്ച മക്കളല്ലാ. ജാതിയുടെ യേും അടിമ സമ്പ്രദായങ്ങളുടെയും പേരിൽ നിങ്ങൾ ക്രൂരപീഡനങ്ങൾ നൽകിയപ്പോൾ ഞങ്ങളുടെ പൂർവ്വികർ ജീവൻ നിലനിർത്താൻ കാട്ടിൽ അഭയം തേടിയതാണ്. ഞങ്ങളും നിങ്ങളെ പോലെ ഈ മണ്ണിന്റെ മക്കളാണ്. നിങ്ങൾ ഞങ്ങളെ കാടിന്റെ മക്കളാക്കി.

നിറകണ്ണുകളോടെ ഇരുളിലേക്ക് നീങ്ങി. പിറന്ന് വീണ എന്റെ കുഞ്ഞിന്റെ മുഖം ഒരു നോക്ക് കാണാൻ അനുവദിക്കാത്ത നീച വർഗ്ഗമേ. നിങ്ങൾ കള്ളനാക്കിയ അച്ഛനെ എന്റെ കുഞ്ഞ് കാണരുത്. പെറ്റവയറിനോടും മാപ്പപേക്ഷിച്ചു. മരണം വരെയും ഒരു മെയ്യായി ജീവിക്കാൻ ആഗ്രഹിച്ച പ്രിയതമേ, നീ എന്നോട് പൊറുക്കണം. ആകാശത്ത് തെളിഞ്ഞ് നിൽക്കുന്ന നക്ഷത്രമേ സാക്ഷി. ഒരു മരക്കമ്പിൽ ഉടുതുണിയിൽ ആ ആത്മാവ് വിടചൊല്ലി.

ശുഭം

1

നനയുന്ന കട്ടിൽ

മകരമാസത്തിലെ ഒരു സായാഹ്നത്തിൽ ഉഷ്ണം കഴിഞ്ഞ് അർദ്ധ രാത്രിയോടെ കടന്ന് വരുന്ന കുളിര്, ഉഷ്ണം എങ്ങനെയും സഹിക്കും. പക്ഷേ തണുപ്പ് അത് എത്ര പുതച്ചാലും അന്നക്കുഞ്ഞിന് താങ്ങാൻ കഴിയുന്ന ഒന്നല്ല. പുതപ്പിനുള്ളിൽ ചുരുണ്ടു കൂടുമ്പോഴും കുളിര് നീറ്റ് കക്കയിലേക്ക് ഒഴിക്കുന്ന വെള്ളം പോലെയായിരുന്നു ഹൃദയവേദന. തിരിഞ്ഞും മറിഞ്ഞും കിടന്നു. പ്രായം ചെല്ലുന്തോറും ഉറക്കം കുറയും എന്നറിയാം. പക്ഷേ ഒരു രാവും ഒരുപോള കണ്ണടക്കാൻ കഴിയാത്ത വാർദ്ധക്യങ്ങൾ പെരുകുന്ന നാൾവഴി.

മുഖത്ത് നിന്ന് പുതപ്പ് മാറ്റി ചുറ്റും നോക്കി. ഹൊറർ സിനിമ പോലെ ഓരോ കട്ടിലിലും ചുരുണ്ട് കൂടി പുതച്ചിരിക്കുന്ന സഹ അന്തേവാസികൾ. ചിലരെല്ലാം ദൈവങ്ങളോട് സങ്കടങ്ങൾ പറയുന്നു. ചിലർ സ്വന്തം ജന്മത്തെ തന്നെ ശപിക്കുന്നു. മറ്റു ചിലർ ആയുസ്സിന്റെ നീളത്തെ ശപിക്കുന്നു. ഒരു കൂട്ടർ ജന്മം നൽകിയ മാതാപിതാക്കളോട് സങ്കടം പറയുന്നു. ഒപ്പം ഒരേ ഉദരത്തിലെ അംശികളായവരേയും ശപിക്കുന്നു. മക്കളേയും, മരുമക്കളേയും, ഭരണ സംവിധാനങ്ങളേയും ശപിക്കുന്നു. എന്നാൽ അന്നക്കുഞ്ഞാകട്ടെ ജന്മം നൽകിയ മാതാപിതാക്കളെയും, വിശ്വാസത്തെയും നമിക്കുന്നു. അവർക്ക് ആരോടും പരാതിയില്ല. അവരുടെ ഉദരം ജന്മം കൊടുത്ത മക്കളും അവരുടെ ഇണകളും കൊച്ചു മക്കളും നന്നായി വരാൻ അവരുടെ നന്മക്കായി സദാ പ്രാർത്ഥിക്കുന്നു. അപ്പോഴും ആ മനസ് പറഞ്ഞു പ്രകൃതിക്ക് ഒരു നീതിയും ന്യായവും സത്യവും ഉണ്ട്. തീർച്ചയായും കർമ്മവും കർമ്മഫലവും ഓരോരുത്തരും അനുഭവിക്കേണ്ടി വരും അവർ അങ്ങനെ വിശ്വസിക്കുന്നു. അത് മക്കൾക്ക് ബാധിക്കരുതേ എന്നാണ് അവരുടെ പ്രാർത്ഥന.

ജനലിന്റെ കർട്ടൻ നീക്കി വെളിയിലേക്ക് നോക്കി. രാത്രിക്ക് സൗന്ദര്യം നൽകി നിലാവെളിച്ചം ഉണ്ടെങ്കിലും മങ്ങിയ കാഴ്ചകൾ, അവർക്ക് മുന്നിൽ ഇരുൾ മാത്രമായിരുന്നു. ആകാശ വിതാനം മാറ്റുകൂട്ടുന്ന വെള്ളിനക്ഷത്രങ്ങൾ അവർക്ക് ഒരു പൊട്ട് മാത്രം. നെഞ്ചിലിരുന്നൊരു വിങ്ങൽ, വാർദ്ധക്യം ആർക്കും വേണ്ടാത്ത ഒരു കാലം. മടിയിലും മാറിലും കിടന്ന് മുത്തമിട്ടു വളർന്ന മക്കളെ ഇന്ന് ഒരു നോക്ക് കാണാൻ കൊതിക്കുന്നു. എന്റെ മരണവാർത്ത അറിയുമ്പോഴെങ്കിലും വരുമോ എന്റെ മക്കൾ. കൺപോളകൾ നനഞ്ഞു. ആകാശത്തേക്ക് നോക്കി കണ്ണിറുക്കി. പോളകൾക്കുള്ളിൽ തെളിഞ്ഞ പഴയകാലം.

സ്നേഹിക്കുവാനും ശാസിക്കുവാനും ധാരാളം ആളുകൾ ഉള്ള ഒരു കൂട്ടുകുടുംബത്തിൽ ജനനം. ഒന്നിനും തിരിച്ചറിവില്ലാത്ത പ്രായത്തിൽ മുതിർന്നവർ നിശ്ചയിച്ചുറപ്പിച്ച വിവാഹം. പതിനാറാം വയസിൽ ആദ്യ പ്രസവം. ഇരുപത്തിയൊന്നാം വയസിൽ മൂന്ന് ആൺമക്കളുടെ അമ്മ. അതേ പ്രായത്തിൽ ബ്ലഡ് ക്യാൻസർ രോഗിയായി തീർന്ന ഭർത്താവ്. പട്ടിണിയുടെയും പരിഭവങ്ങളുടെയും ഇടയിൽ ഒരു വർഷത്തെ ചികിത്സ. ഇരുപത്തി രണ്ടാം വയസിൽ വിധവ. മക്കളെ വളർത്താൻ ചെയ്യാത്ത ജോലികളില്ല. എവിടെ ചെന്നാലും പകൽ മാന്യന്മാർക്ക് വേണ്ടത് ഈ ശരീരമായിരുന്നു. എന്റെയും മക്കളുടെയും അഭിമാനം അടിയറവ് വെക്കാൻ ഞാൻ ഒരുക്കമല്ലാതിരുന്നതിനാൽ പല നല്ല വരുമാനമുള്ള ജോലികൾ ഉപേക്ഷിക്കേണ്ടി വന്നു. ദാരിദ്ര്യത്തിലും മക്കളെ പഠിപ്പിച്ചു. അവർക്ക് നല്ല ജോലിയും അനുയോജ്യമായ ഇണകളെയും ലഭിച്ചു. പക്ഷെ എന്റെ മക്കൾ പണമോഹികളായി. മൂന്ന് മക്കളും അവരുടെ ഭാര്യമാരും കൊച്ചുമക്കളും ഇപ്പോൾ വിദേശത്ത് ,ഞാൻ അഭയാരണ്യത്തിൽ. മൂന്ന് പേരും

വീതം വച്ച് ഇവിടെ പണം അടയ്ക്കുന്നു. എനിക്ക് പണമായിരുന്നില്ല വേണ്ടത്. ആ മുഖങ്ങൾ ഒന്ന് കണ്ടാൽ മതി. അവർക്കൊപ്പം ജീവിച്ചാൽ മതിയായിരുന്നു. കണ്ണുകൾ നിറഞ്ഞ് തുളുമ്പി മാറിൽ വീണ് നനഞ്ഞു. തിരികെ കട്ടിലിൽ വന്ന് കിടന്നു. കാലങ്ങൾ കടന്നു പോയി. ഒരുനാൾ മക്കൾ അയച്ച് കൊടുത്ത പണം പൊതുശ്മശാനത്തിൽ ചാരമായി. ആ കട്ടിലുകൾ നനയാത്ത ഒരു രാവും പകലും ഇല്ല. പറഞ്ഞാൽ തീരാത്ത കഥകളുമായി നനഞ്ഞ കട്ടിലുകൾ ഇന്നും ബാക്കി.

***** ശുഭം *****

1

ശമനം

പതിവ് ജോലിയ്ക്കിടയിൽ ഉച്ചയൂണ് കഴിഞ്ഞ് വിശ്രമത്തിലിരുന്നപ്പോൾ വാട്ട്സാപ്പിൽ പരുതുന്നതിനിടയിൽ, ഒരു ഗ്രൂപ്പിൽ ഒരു കാര്യം എന്റെ കണ്ണിലുടക്കി. ഞാനും എന്റെ നാടും, നാട്ടുകാരും രാജ്യവും എങ്ങോട്ടാണ് പോയികൊണ്ടിരിക്കുന്നത് എന്ന് മനസിലാകാതെ ചിന്തിക്കാൻ തുടങ്ങിയിട്ട് നാളേറയായി. അപ്പോഴാണ് ആ കാഴ്ച. വീട്ടിൽ ചെന്നിട്ട് വേണം എന്തായാലും രണ്ട് പേജ് എഴുതുവാൻ. പക്ഷെ എന്ത് എഴുതണം എങ്ങനെ പറയണം എന്ന് നിശ്ചയമില്ലാ. ഞാനാണെങ്കിൽ വലിയ എഴുത്തുകാരനുമല്ല. അന്ന് ജോലി കഴിഞ്ഞ് പതിവിലും നേരത്തെ വീട്ടിലെത്തി കുളിച്ച് ഒരു ഗ്ലാസ് കട്ടൻ ചായയുമായി മേശയുടെ അരികിലെത്തി പേനയും പേപ്പറും കയ്യിലെടുത്തു. കൈവിറയ്ക്കുന്നതുപോലെ തോന്നി. തോന്നിയതല്ലാ വിറയ്ക്കുന്നുണ്ട്. വീണ്ടും മൊബൈലെടുത്ത് ഒന്നുകൂടി നോക്കി. 'ലഹരി പതയും യുവത്വം' എന്ന വിഷയത്തെക്കുറിച്ച് രണ്ട് പുറത്തിൽ കവിയാത്ത കഥയോ, കവിതയോ എഴുതി മത്സരത്തിനയക്കാൻ. ആദ്യം കവിത എഴുതുവാൻ നോക്കി എന്തോ, വരികളൊന്നും ശരിയാകുന്നില്ലാ. അപ്പോഴാണ് ഞാൻ മറ്റൊരു കാര്യം ആലോചിച്ചത്. എന്താണ് ലഹരി. ഉത്തരമില്ലാതെ അല്പനേരം വെറുതെയിരുന്നു. ഹാളിലിരിക്കുന്ന ടിവിയിലൂടെ ഒരു വാർത്ത കേൾക്കുന്നു.

ഏതോ ഒരു ജ്യോത്സ്യൻ പ്രവചിച്ചുവത്രെ, ആദ്യ ഭർത്താവ് മരിക്കുമെന്ന്. വിദ്യാസമ്പന്നയായ യുവതിയും വീട്ടുകാരും അത് വിശ്വസിച്ചു. അങ്ങനെ സംഭവിക്കാതിരിക്കാൻ അവർ കണ്ടെത്തിയ മാർഗ്ഗം, വെറുതെ ഒരുവനെ പ്രണയിക്കുക. അവനിൽ നിന്നും കിട്ടാവുന്ന ശാരീരിക, മാനസിക, സാമ്പത്തിക സുഖം മുഴുവനായി ഊറ്റി വെറും ചണ്ടിയാക്കി. രഹസ്യത്തിൽ മോതിര മാറ്റവും താലി ചാർത്തലും. പിന്നീട് ഇഞ്ച് ഇഞ്ചായി വിഷം നൽകി കൊല്ലുക. ശേഷം സുന്ദരനും, സുമുഖനും ആരോഗ്യദൃഡഗാത്രനുമായ, വിദ്യാഭ്യാസവും സമ്പത്തുമുള്ള മറ്റൊരുവനെ വിവാഹം കഴിക്കുക. ഇത്തരം ചെയ്തികൾക്ക് വീട്ടിലെ മുതിർന്നവരുടെ ഒത്താശയും. വിചിത്ര കേരളം. സയനൈഡ് നൽകി ഒരാൾ കൊന്നൊടുക്കിയത് എത്ര ജീവനുകളാണ്. അന്ധ വിശ്വാസത്തിന്റെ പേരിൽ മൃഗീയമായി സ്ത്രീകളെ കൊന്ന് തള്ളിയതിന്റെ ചൂടാറിയിട്ടില്ല.

യുവാക്കളാകട്ടെ എന്തെല്ലാമാണ് കാട്ടിക്കൂട്ടുന്നത്. സ്നേഹിച്ച പെണ്ണിനെ കിട്ടിയില്ലെങ്കിൽ ആസിഡ് ഒഴിച്ച് ശരീരം വികൃതമാക്കുക, പെട്രോൾ ഒഴിച്ച് തീ കൊളുത്തുക, വെടിവെച്ച് കൊല്ലുക, അങ്ങനെ എണ്ണിയാൽ ഒടുങ്ങാത്ത പരമ്പരകൾ. ഇതെല്ലാം വികൃതമാണെങ്കിലും ഒരു തരം ലഹരിയല്ലേ? അല്ലെങ്കിലും മറ്റു ലഹരി ഉപയോഗങ്ങളിലും ആണും, പെണ്ണും, പ്രായവുമൊന്നും ഒരു പ്രശ്നമല്ലാതെയായിരിക്കുന്നു. എട്ടും പൊട്ടും തിരിയാത്ത കുഞ്ഞുങ്ങളെ ലഹരിക്കടിമയാക്കുന്നു. അവരുടെ ശരീരം ഭോഗിച്ച്

വികൃതമാക്കുകയും, കൊന്നു തള്ളുകയും ചെയ്യുന്നു. കേരളം തനിഭ്രാന്താലയമാക്കി തീർക്കുന്നു. ഇത് ദൈവത്തിന്റെ സ്വന്തം നാടോ അതോ പിശാചുക്കളുടെ നാടോ? ഹോ കഷ്ടം. കേരളം മാത്രമല്ലാ രാജ്യം മുഴുവൻ മുഴുഭ്രാന്തന്മാരുടെ ആലയമായോ? എണ്ണിയാൽ ഒടുങ്ങാത്ത സംഭവങ്ങൾ ഒരു സ്ക്രീനിൽ എന്നപോലെ മനസിൽ തെളിയുന്നു. എന്റെ കൈകൾ വിറക്കുന്നു. എഴുതുവാൻ ആകുന്നില്ലാ. എഴുതിയതെല്ലാം പേനകൊണ്ട് കുത്തിവരച്ചു. മനസ് അസ്വസ്ഥം. പിന്നെയും എഴുതി. എഴുതിയത് കീറി വലിച്ച് ചുരുട്ടി എറിഞ്ഞു കളഞ്ഞു. എനിയ്ക്ക് ഉറക്കവും വരുന്നില്ലാ. അപ്പോഴാണ് ഒരു കാര്യം ഓർമ്മ വന്നത്. പണം, അതെ പണവും, സുഖവും സ്വാർത്ഥതയുമാണ് മനുഷ്യനെ മനുഷ്യനല്ലാതെയാക്കുന്ന ലഹരി. മുന്നേ നടക്കുന്ന പശുവിന്റെ പിന്നെ നടക്കുന്ന ബഹു പശുക്കൾ എന്ന് പറഞ്ഞപോലെ അല്ലെങ്കിൽ ഉറുമ്പിനെ പോലെയും, താറാവിനെ പോലെയും അതുമല്ലെങ്കിൽ നേരെ നടക്കു മക്കളെ എന്ന് പറയുന്ന ഞണ്ടിനെ പോലെയും നമ്മുടെ യുവതി യുവാക്കളുടെ മുന്നേ നടക്കുന്ന മുതിർന്നവർ തന്നെയാണ് അവരെ ചീത്തയാക്കുന്നത്. നന്മയുടെയും സദ്മാർഗ്ഗങ്ങളുടെയും ലഹരി മുതിർന്നവരിൽ നിന്നും തുളുമ്പട്ടെ. പണവും, അതിമോഹങ്ങളും, അവിശുദ്ധ സുഖങ്ങളും, സ്വാർത്ഥതയും മുതിർന്നവർ ഉപേക്ഷിച്ചാൽ, ഭരണ-നിയമ സിരാകേന്ദ്രങ്ങൾ ഉപേക്ഷിച്ചാൽ എല്ലാ ലഹരികൾക്കും എത്രയോ ശമനം. മുന്നേ നടക്കുന്നവർ ഭാവി തലമുറയെ നശിപ്പിക്കരുതേ. പ്ലീസ്....

****** ശുഭം******

1

ബ്രിജാള

എൻ.ഐ.എ കോടതിയിൽ ജഡ്ജിയുടെ ചോദ്യത്തിന് മറുപടിയില്ലാതെ തല താഴ്ത്തി ജമാൽറാഷി. ജഡ്ജി വീണ്ടും ചോദിച്ചു.

'താങ്കളുടെ പേരിൽ ആരോപിക്കപ്പെടുന്ന കുറ്റം താങ്കൾ ചെയ്തിട്ടുണ്ടോ?'

വിചാരണ കേൾക്കാൻ കാത്തിരുന്നവരുടെ ഇടയിലേക്ക് ജമാൽ റാഷിയുടെ ദൃശ്യം പതിഞ്ഞു. തന്റെ മേലുദ്യോഗസ്ഥൻ അരവിന്ദ് സ്വാമി കണ്ണടച്ച് തലയാട്ടി കുഴപ്പമില്ലാ ഞാൻ കൂടെ ഉണ്ട് എന്ന അർത്ഥത്തിൽ. മറ്റൊരിടത്ത് മുലകുടി മാറാത്ത കുഞ്ഞിനെ തോളിലിട്ട് ഇരിക്കുന്ന പ്രിയതമ. നിസഹായനായി ബാപ്പയും കണ്ണുനീർ നിയന്ത്രിക്കാൻ പാടുപെടുന്ന ഉമ്മയും.

ജമാൽ റാഷിയിൽ നിന്നും മറുപടിയില്ലായെന്ന് മനസിലാക്കിയ ജഡ്ജി എൻ.ഐ.എയോട് ചോദിച്ചു.

'എന്താണ് നിങ്ങളുടെ വാദം.'

'കസ്റ്റഡിയിൽ വേണം.'

'അയാളും സർക്കാരിന്റെ ഭാഗമല്ലേ?'

'അതെ പക്ഷെ കുറ്റം രാജ്യദ്രോഹമാണ്.'

'നാല് ദിവസത്തെ തെളിവെടുപ്പിനായി കസ്റ്റഡിയിൽ അനുവദിക്കുന്നു.'

അവർ ജമാലിനേയും കൊണ്ട് വാഹനത്തിന്റെ അടുത്തേക്ക് അവരെ അനുഗമിച്ച് മേലുദ്യോഗസ്ഥനും ബാപ്പയും, ഉമ്മയും, ഭാര്യയും. മേലുദ്യോഗസ്ഥൻ അപ്പോഴും പഴയതുപോലെ ആംഗ്യം കാട്ടി. ബാപ്പയുടെ കണ്ണുകൾ പൊടിഞ്ഞു. വാവിട്ട് കരയുന്ന ഉമ്മയും, ഭാര്യയും.

കൂക്കിവിളികളുടെയും അസഭ്യ വാക്കുകളുടെയും ഇടയിലൂടെ വാഹനം നീങ്ങാൻ തുടങ്ങി. ജമാലിന്റെ മുഖത്ത് യാതൊരു ഭാവവ്യത്യാസവുമില്ലായിരുന്നു. വഴിയോര കാഴ്ചകൾ കണ്ടു നീങ്ങുന്നതിനിടയിൽ കണ്ണുകൾ നിറഞ്ഞു. കൺ പോളകൾ ചേർത്തു. ഒരു സ്ക്രീനിൽ ഓടിമറയും പോലെ എല്ലാം തെളിഞ്ഞു.

ഡൽഹി കേന്ദ്രഗവൺമെന്റ് ഇന്റലിജന്റ് വിഭാഗം ആഫീസറുടെ മുറി. ഏതാനും ഫയലുകൾ മറിച്ച് അസ്വസ്ഥനാകുന്ന ആഫീസർ അരവിന്ദ് സ്വാമി. തന്റെ കീഴ് ഉദ്യോഗസ്ഥനായ ജമാൽറാഷിയെ ക്യാബിനിലേക്ക് വിളിപ്പിച്ചു.

'ജമാൽ റാഷി രാജ്യത്തിന്റെ പല ഭാഗങ്ങളിൽ നിന്നും അതീവ ഗൗരവമുള്ള റിപ്പോർട്ടുകൾ വരുന്നു. അത് എല്ലാവരുമായി ചർച്ച ചെയ്യാൻ സാധിക്കാത്തതുകൊണ്ടാണ് ജമാലിനെ ഞാൻ വിളിപ്പിച്ചത്.'

'എന്താണ് സാർ.'

'അത് ഞാൻ എങ്ങനെ പറയും ജമാൽ'

'സാർ എന്തായാലും പറഞ്ഞോളൂ. എന്നെ സാറിന് വിശ്വസിക്കാം.'

ജമാൽ റാഷി, രാജ്യത്തിന്റെ സുരക്ഷിതത്വം ജനങ്ങളുടെ ജീവനും സ്വത്തും ഇതെല്ലാം കാത്തുസൂക്ഷിക്കേണ്ടത് ഓരോ പൗരന്റെയും ഉത്തരവാദിത്വമല്ലേ? അത് മറന്ന് നാം കണ്ണടച്ചാൽ നമ്മളുടെ ജോലിക്ക് കാര്യമായി ബാധിക്കാൻ പോകുന്നില്ലാ. ഏറിയാൽ മാധ്യമങ്ങളിലൂടെ ഇന്റലിജന്റ്സ് വിഭാ

ഗത്തിന് കുറെ പരിഹാസം അത്രമാത്രം. പക്ഷെ എന്റെ മനസാക്ഷി അന്നും ഇന്നും എന്നും ജനങ്ങളുടെ പക്ഷത്താണ്.

'സാർ വളച്ച് കെട്ടില്ലാതെ കാര്യങ്ങൾ പറയൂ.'

അല്പ മൗനത്തിന് ശേഷം. പറയാം ഇനി രാജ്യത്ത് വരാൻ പോകുന്ന ഓരോ തെരഞ്ഞെടുപ്പ് കാലങ്ങളും ജനങ്ങൾക്ക് വൻ ദുരന്ത നാളുകളാണ്. അങ്ങനെയാണ് രാജ്യത്തിന്റെ ഓരോ ഭാഗങ്ങളിൽ നിന്നും ലഭിച്ചുകൊണ്ടിരിക്കുന്ന റിപ്പോർട്ടുകൾ. സാധാരണ മനുഷ്യരുടെ ചിന്തകൾക്കുമപ്പുറമാണ് കാര്യങ്ങൾ കടന്ന് പോകുന്നത്. വെറും അധികാരഭ്രാന്തന്മാരായി മാറിയിരിക്കുന്നു നമ്മുടെ സമകാലിക രാഷ്ട്രീയ പ്രസ്ഥാനങ്ങൾ. കഴിഞ്ഞ ഏതാനും തിരഞ്ഞെടുപ്പുകൾ ജാതിപ്പേരും, വികസനങ്ങളും പറഞ്ഞ് അധികാരത്തിന്റെ ഗ്രാഫ് ഉയർത്തിയെങ്കിൽ ഇനി അതും പൂർണ്ണമായും വിജയിക്കില്ലായെന്ന ജനങ്ങളുടെ മനസ്സ് അധികാരികൾ തിരിച്ചറിഞ്ഞിരിക്കുന്നു. കൊറോണ കാലത്ത് നൽകിയ ധാന്യങ്ങളും, പുൽവാമയും കിഴക്കൻ കാറ്റ് കൊണ്ടുപോയി. ഇപ്പോൾ ആ കാറ്റ് മണിപ്പൂരിൽ വീശിയടിക്കുന്നു. കൂട്ടത്തിൽ ഗ്യാൻവാപി പള്ളിയും. ഭരണകൂടങ്ങൾക്ക് രാജ്യത്തിനും ജനങ്ങൾക്കും വേണ്ടി ചെയ്ത നന്മ ചർച്ച ചെയ്യാൻ ഇല്ലാതെ വരുമ്പോൾ ഇത്തരം സംഭവങ്ങൾ അരങ്ങേറുന്നു. അതുകൊണ്ട് ഇനി പലതും സംഘടിതമായി ക്രിയേറ്റ് ചെയ്യപ്പെടാം. രാജ്യത്തിന്റെ അകത്തും പുറത്തും അതിർത്തികളിലും ജാതിപേരിലും, മതത്തിലും പ്രകൃതി ദുരന്തങ്ങളും പ്രമുഖ വധങ്ങളും അങ്ങനെ പലതും അധികാരത്തിലുള്ളവർ അധികാരം നിലനിർത്താനും പ്രതിപക്ഷങ്ങൾ അധികാരം പിടിച്ചെടുക്കാനും എന്തും ക്രിയേറ്റു ചെയ്യാം.

'നമ്മൾക്ക് എന്ത് ചെയ്യാൻ കഴിയും ഉത്തരവാദിത്വപ്പെട്ടവരെ വിവരം അറിയിക്കാൻ മാത്രമല്ലേ സാധിക്കൂ സാർ.'

അതാണ് ജമാൽ റാഷി ഞാൻ ആലോചിക്കുന്നത്. നാം സമയബന്ധിതമായി കാര്യങ്ങൾ ധരിപ്പിച്ചാലും അട്ടിമറിക്കപ്പെടുന്നു. ഉത്തരവാദിത്വമുള്ള മന്ത്രിമാർ, നിയമപാലകർ എന്തിന് കോടതികൾ പോലും പലതും [illegible] ചെയ്യുന്നു. ഇതെല്ലാം ജനം തിരിച്ചറിയുന്നുണ്ടെങ്കിലും ജനങ്ങൾക്ക് അധികാരമില്ലാ.

നാം റിപ്പോർട്ട് ചെയ്യേണ്ടാ എന്നാണോ സാർ പറഞ്ഞു വരുന്നത്.

'അല്ലാ. റിപ്പോർട്ട് ചെയ്യണം പക്ഷെ,' ആഫീസർ മൗനം പാലിച്ചു. ജമാൽ റാഷിയുടെ മുഖത്തേക്ക് ദയനീയമായി നോക്കി.

'പറയൂ സാർ, എന്താണ് ഉദ്ദേശിക്കുന്നത്. തുറന്ന് പറയൂ സാർ.'

ഞാൻ ആദ്യം പറഞ്ഞില്ലേ ഈ രാജ്യത്തെ ജനങ്ങൾ നിസ്സഹായരാണന്ന്. എന്നാൽ ജനങ്ങൾക്ക് മാത്രമാണ് ശക്തിയുള്ളൂ അത് അവർ തിരിച്ചറിയണം. അവരുടെ ഓരോ വോട്ടും വരും കാലങ്ങളിൽ നന്നായി തിരിച്ചറിഞ്ഞ് ഉപയോഗപ്പെടുത്തണം. അതിന് അവരെ ബോധമുള്ള ജനങ്ങളാക്കണം. അതുകൊണ്ട് നമ്മുടെ മുന്നിലുള്ള റിപ്പോർട്ടുകൾ സംസ്ഥാന ഇന്റിജലിന്റ് സിന് നൽകുന്നതിനൊപ്പം മാധ്യമങ്ങൾക്കും ജനങ്ങളിലേക്കും എത്താൻ തക്കവണ്ണം വാർത്തകൾ ലീക്കാവണം. അപ്പോൾ ജനങ്ങൾ വിജിലെന്റാവും.

'സാർ..... അത്.'

'അതെ രാജ്യവും ജനങ്ങളും അവരുടെ ജീവനും, സ്വത്തും, സമാധാനവും ജനങ്ങളിൽ തന്നെ ഉണ്ടാവട്ടെ. രാഷ്ട്രീയക്കാരുടെ പേക്കൂത്തുകൾ ഇനിയും കണ്ടില്ലാ എന്ന് നടിച്ചിരിക്കാൻ ഇനി ആവില്ലാ ജമാൽ.'

'സാർ സർക്കാർ വെറുതെ ഇരിക്കുമോ? ഇത് നമ്മുടെ തൊഴിലിനും, ജീവനും അപകടം അല്ലേ സാർ.'

ജമാൽ റാഷി താൻ ചെയ്തില്ലെങ്കിൽ ഞാൻ ചെയ്യും. തൂക്കിലേറ്റിയാലും വേറെ ഏതെല്ലാം രീതിയിൽ ശിക്ഷിച്ചാലും ഞാൻ ചെയ്യുമെടോ? തന്നെ രക്ഷിക്കാൻ ഞാൻ ആവോളം ശ്രമിക്കും ഞാൻ ഇത് ചെയ്താൽ എന്നെ രക്ഷിക്കാൻ ആരുണ്ടടോ?

വേണ്ടാ സാർ ഞാൻ ചെയ്തു കൊള്ളാം. സാർ ഇപ്പോഴത്തെ ഭരണം എല്ലാത്തിനും ചാർത്തുന്ന കുറ്റം രാജ്യദ്രോഹമാണ്. എന്റെ കുഞ്ഞ്, ഭാര്യ, ബാപ്പ, ഉമ്മ.

ശരിയാണ് സ്വാതന്ത്ര്യ സമരത്തിൽ ഇങ്ങനെ ജനം ചിന്തിച്ചിരുന്നുവെങ്കിൽ ഇന്നും നമ്മൾ ഇരുണ്ട യുഗത്തിൽ കഴിയേണ്ടിവന്നേനെ. നമ്മൾ വെറുതെ പറയുന്നതാ സ്വാതന്ത്ര്യം കിട്ടിയെന്ന് ഇന്ന് സ്വാതന്ത്ര്യം പേപ്പറിൽ മാത്രമാണ് സാധാരണക്കാർക്കും പട്ടിണി പാവങ്ങൾക്കും ഇന്നും സ്വാതന്ത്ര്യം കിട്ടിയിട്ടില്ലാടോ. ബ്രിട്ടീഷ്കാരിൽ നിന്നും, രാജഭരണത്തിൽ നിന്നും, മേലാള വർഗ്ഗത്തിൽ നിന്നും മൂന്നാമത് ഒരു വിഭാഗത്തിന്റെ കയ്യിലൂടെ നമ്മൾ കടന്ന് പോയികൊണ്ടിരിക്കുന്നു. ഈ മൂന്ന് കൂട്ടരുടെയും സ്വഭാവം കൂടിയോചിച്ച് ഒരു തരം ഭരണം. അവരെ "ബ്രിജാള" വർഗ്ഗം എന്ന് വിളിക്കാനാണ് എനിക്കിഷ്ടം.

ആടി ഉലഞ്ഞ് സഞ്ചരിക്കുന്ന പോലീസ് വാഹനത്തിന്റെ ഉള്ളിൽ കണ്ണുകൾ അടച്ചിരുന്ന ജമാൽ റാഷിയുടെ കൺപീലികളിൽ മഴനീർതുള്ളി പോലെ കണ്ണുനീർ തുളുമ്പി നിന്നു.

എന്റെ മേലുദ്യോഗസ്ഥൻ എന്നെ രക്ഷിക്കുമോ? അറിയില്ലാ. നാട് എന്ന് നന്നാവും അറിയില്ലാ. ഉത്തരം കിട്ടാതെ. അലയടിക്കുന്ന കടൽ പോലെ സമാധാനം കാംക്ഷിക്കുന്ന ജനകോടികൾ ദാഹം ശമിപ്പിക്കാൻ കാർമേഘത്തിലേക്ക് നോക്കി നിൽക്കുന്ന വേഴാമ്പലായി.

***** ശുഭം *****

1

ഫാദേഴ്സ് ഡേ

ജൂൺ മാസത്തിലെ മൂന്നാം ആഴ്ചയിലെ മൂന്നാം ഞായർ. പള്ളിയിൽ പോകുന്ന ശീലമുണ്ട് അതുകൊണ്ട് രാവിലെ ഉണർന്നു. കിടക്കയിൽ കിടന്നു കൊണ്ട് മൊബൈൽ ഫോൺ ഓൺ ചെയ്തു ഒപ്പം നെറ്റും. ടിക് ടിക് എന്ന ശബ്ദിക്കുന്ന കുറെ വാട്ട്സാപ്പ് മെസേജുകൾ വരുന്നു. എല്ലാം ഗുഡ്മോ ണിംഗുകൾ. വെറും ഗുഡ്മോണിംഗല്ലാ അച്ഛനും, മകനും, അച്ഛനും മകളും കൈപിടിച്ച് നടക്കുന്നത്, തോളിലേറ്റിയത്, നെറുകയിൽ ചുംബിക്കുന്നത് അങ്ങനെ നീളുന്നു-അച്ഛനും മക്കളും തമ്മിലുള്ള ബന്ധം. എനിക്ക് അതുകണ്ടപ്പോൾ എന്തോ ചിരിതോന്നി. വെറും ചിരിയല്ല, പൊട്ടിച്ചിരിച്ചു ഒപ്പം വായനയും-ഫാദേഴ്സ് ഡേ. ഒന്ന് ചിരിക്കാൻ കൊതിക്കുന്ന ഇക്കാലത്ത് രാവിലെ ഉണരുമ്പോൾ ചിരിക്കുകയെന്ന് പറയുന്നത് വലിയ ഭാഗ്യമാ. എന്റെ ചിരികേട്ട് വീട്ടിലുള്ളവർ ചോദിച്ചു എന്താ ഇന്ന് രാവിലെ തന്നെ ഇങ്ങനെ ചിരിക്കാൻ മാത്രം"?.

ഹേ... ഒന്നും ഇല്ലാ.

ഒന്നും ഇല്ലാഞ്ഞിട്ടാണോ ഇപ്രകാരം പൊട്ടി ചിരിക്കുന്നത്.

ഓ ഇന്ന് ഞായറാഴ്ചയല്ലേ പള്ളിയിൽ പോകുന്ന കാര്യം ഓർത്തപ്പോൾ ചിരിച്ചു പോയതാ. "പള്ളിയിൽ പോകുന്ന കാര്യം ഓർത്ത് ചിരിക്കേ".

ചിരി ഉള്ളിലൊതുക്കി മനസിൽ പറഞ്ഞു. ഫാദേഴ്സ് ഡേ. എനിക്ക് ഇതിനെ കുറെ പാഴ് ജന്മ ങ്ങളുടെ ദിവസം അങ്ങനെ പറയുവാനാ ഇഷ്ടം. ധൃതി പിടിച്ച് പ്രഭാത കർമ്മങ്ങൾ ചെയ്യുന്നതിനിട യിലും ചിന്ത മുഴുവൻ കടന്ന് പോയ്ക്കൊണ്ടിരുന്നതും ഈ ദിവസത്തെ പ്രത്യേകത തന്നെ. ഇതിനി ടയിലാണ് പുരയുടെ ഓരം ചേർന്ന് മഴയും, മഞ്ഞും, വെയിലും കൊണ്ട് ചെളിയും പായലും പിടിച്ച് അനാഥമായി കിടക്കുന്ന ഒരു ആട്ടു കല്ലും അതിന്റെ ഉള്ളിലെ അരകല്ലും കണ്ടത്. തലമുറകളായി ഉപയോഗിച്ച് പോന്ന ആട്ടുകല്ല്. ഏതെല്ലാം ധാന്യങ്ങൾ ആട്ടി മാവാക്കി, എത്രയോ മനുഷ്യർക്ക് വിഭ വങ്ങളൊരുക്കി. ഇവനും ഒരു കാലത്ത് ഓരോ വീട്ടിലേയും നാഥനായിരുന്നു. ഇന്ന് അനാഥനും. അതും ഫാദർ ഇതും ഫാദർ.

***** ശുഭം *****

1

നിവേദനം

കൊറോണ രോഗികളെ കാണാൻ പല മന്ത്രിമാരും വന്ന് പോകുന്ന കാര്യം വാർഡിൽ ചികിത്സയിൽ കഴിയുന്ന മുരളി അറിയുന്നുണ്ടായിരുന്നു. ഏതെങ്കിലും മന്ത്രിയെ നേരിൽ കാണാനും തനിക്ക് ചില കാര്യങ്ങൾ പറയണമെന്നും അതിനൊരു അവസരം ഉണ്ടാക്കി തരണമെന്ന് മുരളിയുടെ അടുത്ത് വരുന്ന ഡോക്ടർമാരോടും നേഴ്സുമാരോടും പലനാൾ പറഞ്ഞു.

ഒരു ദിവസം ഡോക്ടർ ചോദിച്ചു.

'എന്താണ് മുരളിക്ക് പറയാനുള്ളത്.'

'അയാൾ ഒരു കവർ ഡോക്ടറുടെ നേരെ നീട്ടി. ഇത് ഏൽപ്പിക്കാനാ.'

'അയ്യോ ഇത് എങ്ങനെ ഏൽപ്പിക്കാനാ പകർച്ചവ്യാധിയല്ലേ, തന്നേയുമല്ല മുരളിയുടെ അസുഖം മാറിയിട്ടുണ്ട്. ഒന്ന് രണ്ട് ദിവസത്തിനുള്ളിൽ ഡിസ്ചാർജ്ജായി വീട്ടിൽ പോകാം. പിന്നീട് കാണാമല്ലോ.'

'സാർ വീട്ടിൽ പോകാൻ താൽപര്യമില്ല.'

'അതെന്താ'

മുരളിയുടെ കണ്ണുകൾ നിറഞ്ഞു.

'പറയൂ മുരളി.'

'സാർ ഇത്രയും കാലം ഞാൻ ഗൾഫിൽ ജീവിച്ചു ശരിയാ, പക്ഷെ ഞാൻ എന്റെ കുടുംബമോ, കുഞ്ഞുങ്ങളെയോ വേണ്ടതുപോലെ നോക്കിയിട്ടില്ല. ഞാൻ മുഴു മദ്യപാനിയായിരുന്നു. മുഴു മദ്യാപാനി...., വിദേശ സ്ത്രീകളും എനിക്ക് ഹരമായിരുന്നു.

ഡോക്ടർ പറഞ്ഞു. 'സാരമില്ലാ ഇനിയും സമയമുണ്ട് മുരളി.'

'ഇല്ലാ സാർ ഞാൻ പുറത്തേക്കിറങ്ങി കഴിയുമ്പോൾ... വേണ്ട സാർ.

'ഓ സാരമില്ല മുരളി, എല്ലാം ശരിയാകും. ഞാൻ മന്ത്രിയോട് പറഞ്ഞുകൊള്ളാം.'

'ശരി സാർ.'

ഒരുനാൾ എക്സൈസ്മന്ത്രി വന്നു. ഡോക്ടർ വാക്ക് പാലിച്ചു. മുരളിയുടെ കവർ മന്ത്രിയെ ഏൽപ്പിച്ചു.

ബഹുമാനപ്പെട്ട നിയമസഭ സമാജികരേ,

നമുക്ക് ചുറ്റും അനേക കാര്യങ്ങളുണ്ട്, അതിൽ നിന്ന് ഒന്ന് മാത്രം. നാം പല വൻദുരന്തങ്ങളും കണ്ടു അനുഭവിച്ച് മുന്നേറുകയാണല്ലോ. ഓഖി, രണ്ട് വേനൽചൂട്, രണ്ട് ജലപ്രളയം, ഇപ്പോൾ കൊറോണ വൈറസ്. എല്ലാത്തിനും നാം ഓരോരുത്തരും ജാതിയോ മതമോ ഭാഷയോ രാഷ്ട്രീയമോ വലിയവനോ ചെറിയവനോ കറുത്തവനോ വെളുത്തവനോ എന്ന് നോക്കാതെ എല്ലാവരും സഹകരിച്ചു. എനിക്ക് അങ്ങയോട് ഒരു അപേക്ഷയുണ്ട് - മദ്യം അത് നമുക്ക് ഇനി വേണോ സാർ. ഇത് നിർത്തിക്കൂടെ, വർജ്ജനവും ബോധവൽക്കരണവുമാണല്ലോ അവിടുന്ന് ജനങ്ങൾക്ക് നൽകിയ വാഗ്ദാനം. എവിടെയാണ് ആത്മാർത്ഥമായി പാലിക്കപ്പെടുന്നത്. എന്നാൽ കഴിഞ്ഞ ലോക്ക്ഡൗണിലൂടെ ധാരാളം സാധാരണക്കാരായ ദരിദ്ര ജനം അറിയാതെ മദ്യം ഉപേക്ഷിച്ചെന്ന് തിരിച്ചറിയണം. എങ്ങനെയെങ്കിലും ഇത് ഒന്ന് നിർത്തി കിട്ടാൻ കൊതിച്ച ഒരുപാട് ഒരുപാട് വ്യക്തികൾ, കുടുംബങ്ങൾ, സമൂഹം.... ഇത് കാണാതെ പോകരുത്. പുതിയ തലമുറകൾ ആ വഴി തേടാതിരിക്കാൻ ഇത്

ഒരു നിമിത്തമാകട്ടെ. എന്നാൽ ചെറിയൊരു ശതമാനം ആളുകൾക്ക് ഇത് വല്ലാത്തൊരു പ്രതിസന്ധിയുണ്ടാക്കി. എന്നാൽ രണ്ടും ഒരുപോലെ പോകുമോ. മദ്യപാനിക്ക് ഉണ്ടാകുന്ന സാമ്പത്തിക നഷ്ടം, അതുമൂലം കുടുംബത്തിലുണ്ടാകുന്ന സാമ്പത്തിക പ്രതിസന്ധി. വീട്ടിലും പുറത്തും ഉണ്ടാകുന്ന ലഹള, കുടുംബ കലഹങ്ങൾ, കൊലപാതകങ്ങൾ, പൈശാചികമായ ലൈംഗിക ബന്ധങ്ങൾ. വാഹനാപകടങ്ങൾ, കേസുകൾ, മരണങ്ങൾ, രോഗങ്ങൾ, ജയിൽവാസം, തന്മൂലം അവർക്കും അവരുടെ കുടുംബങ്ങൾക്കും ഉണ്ടാകുന്ന മാനസികാവസ്ഥ.

എന്നാൽ സർക്കാരിനും പറയാനുണ്ടാവും പലതും. വ്യാജമദ്യം, മറ്റു ലഹരിതേടിയുള്ള യാത്ര.

ശരിയാണ് പക്ഷെ അത് നിയന്ത്രിക്കാൻ ധാരാളം സർക്കാരിന്റെ സംവിധാനങ്ങളുണ്ടല്ലോ, നിയമമുണ്ടല്ലോ. സർക്കാർ സാമ്പത്തികം കണ്ടെത്തുന്ന മാർഗ്ഗം മദ്യമാണെന്ന് പറയാതെ പറയുകയാണ്?.

നമ്മുക്ക് ശരിക്കും സാമ്പത്തിക പ്രതിസന്ധിയുണ്ടോ?. കൃത്യമായും നികുതി പിരിക്കുന്നുണ്ടോ?. അത് സർക്കാരിന്റെ ഖജനാവിൽ എത്തുന്നുണ്ടോ?. സമദൂര സിദ്ധാന്തം മറക്കരുത്. കണ്ണും, കാതും, ബുദ്ധിയും കൂർപ്പിച്ച് ചുറ്റും നോക്കിയാൽ കാണാം നമ്മുടെ വരുമാനങ്ങൾ.

നമ്മുടെ സ്വന്തം നാട്, ദൈവത്തിന്റെ നാട് എന്ന് നമ്മൾ എപ്പോഴും അഹങ്കരിക്കുന്ന ഈ നാട് എന്നും നമുക്ക് വേണ്ടേ. ആ സമദൂര സിദ്ധാന്തം സ്വപ്നം കാണാമോ സാർ.

മന്ത്രി കാറിലിരുന്ന് ആ നിവേദനം വായിച്ചു. പേപ്പർ നീളം കീറി ചുരുട്ടി സീറ്റിൽ വെച്ചു, കണ്ണുകൾ അടച്ചു. യാത്ര തുടർന്നുകൊണ്ടിരുന്നു.

***** ശുഭം *****

ഒരു ജാതി വിവാഹം

കുടു കുടു താളത്തിൽ ചൂളം വിളിച്ച് അതിവേഗം പായുന്ന തീവണ്ടി. സൂര്യൻ കത്തിയെരിയുന്നു. ചുറ്റി തിരിഞ്ഞു വരുന്ന കാറ്റിനും ഊഷ്മാവിനെ ഒട്ടും തണുപ്പിക്കുവാനാകുന്നില്ല. ശരീരം വിയർത്തൊഴുകുമ്പോഴും ഓരോ കൈകളിലും സ്മാർട്ട് ഫോണുകൾ തത്തികളിക്കുന്നു. ചില കാതുകളിൽ ഹെഡ് സെറ്റും. തൊട്ടുരുമിയിരിക്കുന്നവരെ ഒന്ന് നോക്കാൻ പോലും ആരും മുതിരുന്നില്ല.

ചുടുകാറ്റ് വക വെക്കാതെ സൈഡ് സീറ്റിലെ കമ്പിയിൽ തല ചായ്ച്ചുറങ്ങുന്ന മനുഷ്യന്റെ മാറിൽ ചാരി കിടന്നുറങ്ങുന്ന ഒരു സ്ത്രീയും. ഇടയ്ക്ക് പ്രത്യക്ഷനായ ടി.ടി. ആർ, ആ മനുഷ്യന്റെ തോളിൽ തട്ടി പെട്ടെന്നയാൾ കൺതുറന്നു. “ടിക്കറ്റ്” ആ സ്ത്രീയുടെ ഉറക്കം നഷ്ടപ്പെടുത്താതെ താങ്ങി പിടിച്ചുകൊണ്ട് മടിയിലിരുന്ന ബാഗ് തുറന്ന് ടിക്കറ്റ് എടുത്ത് ടി.ടി ആറിന് കൊടുത്തു. ഒത്തു നോക്കി തിരികെ നൽകി. അയാൾ കമ്പിയിൽ ചാരി വീണ്ടും കണ്ണുകളടച്ചു.

റോഡിനോട് ചേർന്ന് വിസ്തൃതിയിൽ കിടക്കുന്ന കാട് കയറി ഇടിഞ്ഞ് പൊളിഞ്ഞ് കാണുന്ന ചെങ്കൽ മതിൽ. ഒറ്റ നോട്ടത്തിൽ ഭയം തോന്നിപ്പിക്കുന്ന വീടും, പറമ്പും മതിൽ കെട്ടിനേക്കാളും ഉയർന്ന് നിൽക്കുന്ന കമ്മ്യൂണിസ്റ്റ് പച്ചയും. അവയെ പൊതിഞ്ഞ് നിൽക്കുന്ന വള്ളി ച്ചെടികളും. കാഴ്ചയിൽ ചെറുമലകൾക്ക് സമാനം. ഉയർന്ന് നിൽക്കുന്ന മരങ്ങളും ദ്രവിച്ച് ഒടിഞ്ഞ് കിടക്കുന്ന തടി കഷ്ണങ്ങളും വളളിചെടികളാൽ ചുറ്റപ്പെട്ട കാഴ്ചകൾ.

വിസ്തൃതമായ പ്രദേശം ആളും അർത്ഥവുമില്ലാത്ത പറമ്പിന്റെ മദ്ധ്യഭാഗത്തായി ഒരു പഴയകാല ഓട് മേഞ്ഞ വീട്.

പ്രവേശന കവാടം ചതുര കമ്പിയിൽ കളങ്ങളായി പണിതിരിക്കുന്ന ഒരു ഇരുമ്പ് ഗേറ്റുണ്ട്. ഒരു ടാക്സി കാർ വന്നു നിന്നു. പിൻ സീറ്റിൽ നിന്ന് ഒരാൾ ഇറങ്ങി. പോക്കറ്റിൽ നിന്നും പേഴ്സ് എടുത്ത് പണം നൽകി. കാർ തിരിച്ചു പോയി.

തുരുമ്പ് പോളകളാൽ അലംകൃതമായ ഗേറ്റ്, ദ്രവിച്ച താഴ്. അയാൾ ഒരു കല്ലെടുത്ത് ഇടിച്ച് പൊട്ടിച്ചു. ഗേറ്റ് തള്ളി തുറക്കവെ പുതുമഴയിൽ പെയ്തിറങ്ങുന്ന ആലിപ്പഴം പോലെ തുരുമ്പ് കവചം പൊളിഞ്ഞ് വീഴാൻ തുടങ്ങി. ചില ഭാഗങ്ങൾ വേർപ്പെട്ട് കിടക്കുന്നു. നല്ലപോലെ തുറക്കാനായില്ലെങ്കിലും ഒരാൾ കടക്കാൻ പരുവത്തിൽ തുറന്നു.

പന്ത്രണ്ടടി വീതിയും സമാനമായ വഴിയും രണ്ട് ഓരങ്ങളും രണ്ടരയടി ഉയരത്തിൽ ചെങ്കലിൽ തിരമാല പോലെ പണിത കൈവഴിയും പൊട്ടിയും പൊളിഞ്ഞും കാടുകയറി കിടക്കുന്നു. അയാൾ മുന്നോട്ട് നടന്നു.

റോഡിന് എതിർവശം സമാനമായ ഒരു വീടും പറമ്പും ഉണ്ട്. അവിടെ വീട് വീടായും കാടുപിടിക്കാത്ത കൃഷിയിടവുമാണ്. അയാൾ കാറിൽ വന്നിറങ്ങിയതു മുതൽ എല്ലാം കണ്ടുകൊണ്ട് പ്രായം ചെന്ന ഒരാൾ ആ കൃഷിയിടത്തിൽ ഉണ്ടായിരുന്നു.

ആ പ്രായം ചെന്ന മനുഷ്യൻ അതിവേഗം അയാളുടെ വീട്ടിലേക്ക് നടന്നു. വീട്ടിലുണ്ടായിരുന്നവരെ വിളിച്ച് കണ്ട കാര്യങ്ങൾ പറഞ്ഞു. ആണാണോ പെണ്ണാണോ

എന്താ ഏതാ ഒന്നും മനസിലായില്ലാ. അവർ നാട്ടുകാരെ വിളിച്ചു കൂട്ടി. പക്ഷെ നാട്ടുകാർക്ക് ആ കാട് കയറി ഇടിഞ്ഞ് പൊളിഞ്ഞ് കിടക്കുന്ന വീട്ടിലേക്ക് പോകാൻ ഭയം. ഉഗ്രവിഷമുള്ള പാമ്പുകൾ ആ പറമ്പിൽ ഉണ്ട്. ചിലർക്ക് പ്രേതത്തെയാണ് ഭയം. അവർ പറഞ്ഞു.

"ആ വീട്ടിൽ എന്തൊക്കെയോ കുഴപ്പങ്ങളുണ്ട്. രാത്രികാലങ്ങളിൽ സ്ത്രീകളുടെ കരച്ചിലും ഒരു തരം ഒച്ചയും ബഹളവും കേൾക്കാം."

മുതിർന്ന ഒരാൾ പറഞ്ഞു. "പണ്ട് കാലത്തെ തറവാടികളാ. കൊല്ലും കൊലപാതകങ്ങളടക്കമുള്ള വിനോദങ്ങൾ ഉണ്ടായിരുന്നു എന്നാണ് കേൾവി."

മറ്റൊരാൾ പറഞ്ഞു. "ശരിയാ ഞാനും കാർന്നോന്മാർ പറഞ്ഞ് കേട്ടിട്ടുണ്ട്."

ആ പ്രായം ചെന്ന മനുഷ്യൻ തുടർന്നു. ഈ പറയുന്ന ഒരു കാര്യങ്ങളും നിഷേധിക്കുന്നില്ലാ. നിങ്ങൾ കേട്ടിട്ടില്ലാത്ത പലതും ആ തറവാട്ടിൽ ഉണ്ടായിട്ടുണ്ട്. ഈ പ്രദേശം മുഴുവനും മുക്കുളാംശേരി മനയുടെ ആയിരുന്നു. അവിടത്തെ കാര്യസ്ഥന്മാരായിരുന്നു തലമുറകളായി ഇവിടത്തെ കാരണവന്മാർ. ഒടുവിലത്തെ കാര്യസ്ഥൻ ശങ്കരൻ നായർ അയാൾ ഒരു നിർഗുണനും. അയാളുടെ മകൻ എന്റെ ചങ്ങാതിയും. ഞാൻ കൃഷി വകുപ്പിലും അവൻ വില്ലേജിലും അവന്റെ ഭാര്യ സ്കൂൾ ടീച്ചറും. രണ്ട് പേരും ശുദ്ധ ഹൃദയരും. പക്ഷെ അവർക്ക് മക്കൾ ഉണ്ടായില്ല. നീണ്ട ലീവിൽ എവിടേക്കോ പോയി കുറെ കാലത്തിന് ശേഷം മടങ്ങി വന്നത് ഒരു കൈകുഞ്ഞുമായിട്ടാണ്. പിന്നീട് ഒരിക്കൽ സത്യം അറിഞ്ഞു. നീണ്ടകാലത്തെ ഒളിവ് കാലം ബാംഗ്ലൂരായിരുന്നു. ലക്ഷങ്ങൾ ചിലവഴിച്ച് നേടിയതാണ് ആ കുഞ്ഞിനെ. നാം കേട്ടിട്ടുള്ളതുപോലെ വാടക ഗർഭമോ അങ്ങനെയെന്തോ പിന്നെ ഞാൻ കൂടുതൽ തിരക്കിയില്ലാ.

കൂട്ടത്തിൽ ഒരാൾ പറഞ്ഞു.

"ഇതിനാണ് കർമ്മദോഷം എന്നൊക്കെ പറയുന്നത്."

ആയിരിക്കാം വിതക്കുന്നതല്ലേ കൊയ്യാൻ കഴിയൂ. മറ്റൊരാൾ ചോദിച്ചു. "ആ വീട്ടിൽ കുടപ്പനോ, ഉരുളിയോ അങ്ങനെ എന്തൊക്കെയോ നിധി ഉണ്ട് എന്ന് കേട്ടിട്ടുണ്ടല്ലോ ശരിയാണോ?"

"ഉം... അങ്ങനെയും കേട്ടിട്ടുണ്ട്."

"അപ്പോൾ അതും അന്വേഷിച്ചിട്ടില്ലേ"

"ഉണ്ട് പണ്ട് എത്രവലിയ വീടുകളിലും ഇന്നത്തെ പോലെയല്ലാ ചാണകം മെഴുകിയ തറയാ. ഓരോ പ്രാവശ്യവും പുതിയതായി മെഴുകുന്നതിന് മുൻപ് പഴയചാണകം അരിവാളിന്റെ മാടിന് കൊത്തി കളയും എന്നിട്ട് പുതിയ ചാണകത്തിന് മെഴുകും അതാണ് രീതി. ഒരു ദിവസം അകത്തേ ഒരു വലിയ മുറി കൊത്തുന്നതിനിടയിൽ 'പ്ധും, പ്ധും' എന്ന ശബ്ദം കേട്ടു. അല്പം മേൽ മണ്ണ് മാറ്റി ഒരാൾ താഴ്ചയിൽ പണികഴിപ്പിച്ചിരിക്കുന്ന ഒരു പത്തായ പെട്ടി. അത് നിറയെ സ്വർണത്തിൽ പണിത പല സാധനങ്ങളും ജോലിക്കാർ കണ്ടു. അരമന രഹസ്യം അങ്ങാടിപ്പാട്ടായി. സർക്കാർ അന്വേഷിക്കും എന്ന് ബോദ്ധ്യം വന്നപ്പോൾ ഒരു കുടപ്പനും, ഉരുളിയും അതിൽ വച്ചിട്ട് ബാക്കിയെല്ലാം അവർ മാറ്റി, എന്നാണ് കേട്ടറിവ്."

"അല്ലാ അങ്ങനെ നിധികിട്ടിയാൽ ആ വീട്ടിൽ ഉള്ള ആർക്കെങ്കിലും ഭ്രാന്ത് വരുമെന്ന് കേട്ടിട്ടുണ്ടല്ലോ അതിൽ വല്ല സത്യവുമുണ്ടോ?"

"മറ്റൊരാൾ പറഞ്ഞു. "എടാ പൊട്ടാ നിധി മണ്ണാംകട്ട നീ അത് വിശ്വസിക്കുന്നുണ്ടോ?"

ഏതോ തലമുറയിൽപ്പെട്ടവർ മറ്റ് മനകളിൽ നിന്നും അവരെ പറ്റിച്ച് സ്വരൂപിക്കുന്നതാണ്. ഒളിപ്പിക്കാൻ കണ്ടെത്തുന്ന മാർഗ്ഗങ്ങളാണ് ഇതെല്ലാം. പിൻ തലമുറയെ സമയത്തിന് അറിയിക്കാൻ കഴിയാതെ മരണപ്പെടുകയോ, ഭയം മൂലം പുറത്തെടുക്കാൻ കഴിയാതെ വരുകയോ ചെയ്താൽ അത് അങ്ങനെ കിടക്കും. എല്ലാ നിധികളുടെയും പിന്നാം പുറകഥകൾ ഇങ്ങനെ തന്നെ. പഴയകാലം കൂട്ടുകുടുബമാണല്ലോ ചിലർ ആരും കാണാതെ അടിച്ച് മാറ്റാനും, ചിലപ്പോൾ വീതം വയ്ക്കുമ്പോൾ തർക്കങ്ങളും അതിൽ തുടർന്ന് തല്ലു, വെട്ടും, കുത്തും, കൊലപാതകങ്ങളും സ്വാഭാവികം. കാഴ്ചക്കാർക്ക് വട്ടും. ഇത്തരം കാര്യങ്ങൾ അവിടെയും സംഭവിച്ചിട്ടുണ്ട്. ഒടുവിലെത്തെ കാരണവർക്കാണെങ്കിൽ നാടുനീളെ ഭാര്യമാരും മക്കളും. ഇഷ്ടമുള്ള ഭാര്യക്കും മക്കൾക്കും സ്വത്ത്. അല്ലാത്തവർക്ക് സ്വത്തില്ലാ. തന്നെയുമല്ലാ അയാളുടെ ചേട്ടനേയും, അനിയനേയും അയാൾ തന്നെയാണ് കൊന്ന് തള്ളിയത് എന്ന് കേട്ടിട്ടുണ്ട്. അവരുടെ കുടുംബക്കുളത്തിലാണ് ഇരുവരുടെയും ശവം പൊങ്ങിയത്. അവരുടെ ഭാര്യമാരേയും സ്വന്തമാക്കി. അതി സുന്ദരിയായ ഒരു പെങ്ങളും ഉണ്ടായിരുന്നു. ഒരുപാട് കല്ല്യാണ ആലോചനകൾ വന്നെങ്കിലും ജാതകം പൊരുത്തപ്പെടുന്നില്ലായെന്ന് പറഞ്ഞ എല്ലാം മുടക്കി. ജാതകം പൊരുത്തപ്പെടാഞ്ഞിട്ടല്ലാ സ്വത്ത് നഷ്ടപ്പെടാതിരിക്കാനാണ്. പിന്നീട് പെങ്ങളും അയാളുടെ കാമവലയത്തിലായി. പലവട്ടം കാലം തികയാത്ത പിണ്ഡങ്ങളെ അവൾ പ്രസവിച്ചു. അതെല്ലാം ആ പറമ്പിൽ കുഴിച്ചു മൂടപ്പെട്ടു. അവൾ പ്രതികരിച്ചപ്പോഴെല്ലാം അവളെ മുഴുഭ്രാന്തിയാക്കി ചിത്രീകരിച്ചു. ഗത്യന്തരമില്ലാതെ ഒരുനാൾ വീട്ടു ജോലിക്കായി വന്നവരോട് അവൾ എല്ലാം തുറന്ന് പറഞ്ഞു. പിറ്റേന്ന് അവളെ അവരുടെ ഒരു കശുമാവിൽ തൂങ്ങിക്കിടക്കുന്നതാണ് കണ്ടത്. അയാളുടെ നീച പ്രവർത്തികളുടെ ഫലമായിരിക്കാം വാർദ്ധക്യത്തിൽ ഒരുപാട് പ്രയാസങ്ങൾ അനുഭവിക്കേണ്ടി വന്നു. അതിൽ നിന്ന് മോക്ഷം കിട്ടുമെന്ന പ്രതീക്ഷയിൽ അയാൾ ക്രിസ്തുമതം സ്വീകരിച്ച് അബ്രഹാം എന്ന പേരും സ്വീകരിച്ചു. ഭാര്യ ശ്രീദേവി സാറയായി എന്റെ കൂട്ടുകാരൻ കൃഷ്ണൻ യിസഹാക്കായി അവന്റെ മകൻ യാകൂബായി."

കൂട്ടത്തിൽ ഒരാൾ പെട്ടെന്ന് പറഞ്ഞു.

"അപ്പോൾ ഈ കാണുന്നത് ചെകുത്താന്റെ താവളമാണോ? വാഗ്ദത്ത ഭൂമിയായ കാനാൻ ദേശം."

അവനും കുടുംബത്തിനും ഒരു ദൈവങ്ങളിലും വിശ്വാസമില്ലായിരുന്നു. പക്ഷെ അവർ നല്ല മനുഷ്യരായിരുന്നു. മകൻ എം.ടെക് കഴിഞ്ഞ നല്ലൊരു ഐടി കമ്പനിയിൽ ജോലിയും ലഭിച്ചു. പക്ഷെ അവിടം മുതൽ കാര്യങ്ങൾ മാറിമറിഞ്ഞു.

ധനുമാസത്തിലെ ഒരു വെളുപ്പാൻ കാലം. മഞ്ഞും കുളിരും മത്സരിക്കുന്ന നിമിഷം. ഞാൻ എന്റെ കൃഷിയിടത്തിലൂടെ നടക്കുമ്പോൾ അവരുടെ വാഴത്തോട്ടത്തിൽ ആരോ ഇരിക്കുന്നതുപോലെ തോന്നി. ഏതോ കള്ളന്മാർ വാഴക്കുല മോഷ്ടിക്കാൻ കയറിയതാണ് എന്ന് കരുതി ഞാൻ പുറകെ ചെന്നു. അത് അബ്രഹാമും സാറ ടീച്ചറും തന്നെ. അവർ കെട്ടിപിടിച്ച് ചുംബിക്കുന്നതാണ് രംഗം. എനിക്ക് ചിരി വന്നു. വേണ്ട

സൗകര്യങ്ങൾ ഉള്ള വീട് എന്നിട്ടും ഈ കൊച്ചുവെളുപ്പാൻ കാലം മഞ്ഞും, തണുപ്പും കൊണ്ട് ഈ വാഴത്തോപ്പിൽ ശെ..ശെ ഞാൻ തിരിച്ചു നടക്കുമ്പോൾ. അവർ പുലമ്പി കരയുന്നപോലെ തോന്നി. അവരുടെ അടുത്തേക്ക് നടന്നു. സംസാരം മകനെ കുറിച്ചാണ്. കാര്യങ്ങൾ ചോദിച്ചു എങ്കിലും പറയുവാൻ അവർ തയ്യാറായില്ലാ. പറയാതെ ഞാൻ മാറില്ലായെന്ന് ബോദ്ധ്യം ആയപ്പോൾ ഇത്രമാത്രം പറഞ്ഞു. അന്തസും അഭിമാനവും പണയം വച്ച് ജീവിക്കാനാവില്ലാ അവർക്ക് മരിക്കണം. ഇത് ആവർത്തിച്ച് പറഞ്ഞുകൊണ്ടിരുന്നു. ഒടുവിൽ ടീച്ചർ കാര്യങ്ങൾ പറഞ്ഞു.

മകന് കല്ല്യാണം ആലോചിച്ചു അതാണ് തുടക്കം. ആ വീട്ടിൽ മകന്റെ ഒപ്പം ജോലി ചെയ്യുന്ന ഒരു സുഹൃത്ത് വരുമായിരുന്നു. അവർ തമ്മിൽ വിവാഹം കഴിക്കാൻ തീരുമാനിച്ചിരുന്നു. മാതാപിതാക്കളായി നടത്തി കൊടുക്കണം. കാലം എത്ര പരിഷ്കൃതമായാലും സ്വവർഗ്ഗ വിവാഹം ഒരു മാതാപിതാക്കൾക്കും, സമൂഹത്തിനും ഉൾകൊള്ളാനാവില്ലാ. അവർ ഒരുപാട് ഉപദേശിച്ചു, ശ്വാസിച്ചു ഫലം ഉണ്ടായില്ലാ. കുട്ടികൾ കോടതിയിൽ പോയി, നിയമം ഇല്ലാത്തതിനാൽ സുപ്രീം കോടതി അനുവാദം നൽകിയില്ലാ. അവർ നിയമം അനുവദനീയമായ രാജ്യത്തേക്ക് ചേക്കേറാൻ തീരുമാനിച്ചു. അവർ പുറപ്പെടുന്ന ആ വെളുപ്പാൻകാലം ആ യാത്ര കാണുവാനുള്ള മാനസികാവസ്ഥ ഇല്ലാത്തതിനാലാണ് അന്നവർ വാഴത്തോപ്പിൽ എത്തിയത്.

എന്ത് പറഞ്ഞാണ് അവരെ ഞാൻ ആശ്വസിപ്പിക്കുക. ഒരു മനുഷ്യായുസ്സിൽ ആത്മഹത്യ ഒന്നിനും പരിഹാരമാകുന്നില്ലാ. കണ്ടതും, കേട്ടതുമായ എല്ലാ കഥകളും ഞാൻ അവരോടായി പറഞ്ഞു. അങ്ങനെ അവസാനം അവർ ആത്മഹത്യ ചെയ്യില്ലാ എന്ന് ഉറപ്പു നൽകി.

കൂട്ടത്തിൽ ഒരു ചെറുപ്പക്കാരൻ പറഞ്ഞു. "കാര്യം അത് ഒരു ചെകുത്താന്റെ കൂടാണെങ്കിലും നമ്മുക്ക് അവിടം വരെ പോയാലോ?"

മറ്റൊരാൾ പറഞ്ഞു. ഹേയ്.... ഞാനില്ലാ. കുറച്ചുനാൾ മുൻപ് ഇവിടെയുള്ള ഒരു കൂട്ടം ചെറുപ്പക്കാർ കള്ള്മൂത്ത് അവിടെ പോയി. ചെതൽ പിടിച്ച വാതിൽ ചവിട്ടി തുറന്ന് അകത്ത് കയറി. മച്ചിന്റെ മുകളിലെ ഇടനാഴി വഴി നടക്കുമ്പോൾ കുറച്ച് കഴിഞ്ഞ് പിന്നിലേക്ക് നോക്കുമ്പോൾ നെൽസണെ കാണാനില്ലാ. അവിടെ അരിച്ച് പെറുക്കി നോക്കിയിട്ടും കണ്ടെത്താനായില്ലാ. വാർത്ത കാട്ടു തീ പോലെ നാട്ടിൽ പരന്നു. നാട്ടുകാർ സംഘം ചേർന്ന് രാത്രി പന്തം കൊളുത്തി അവിടെയെത്തി നോക്കിയെങ്കിലും ഒന്നും കണ്ടെത്താനായില്ലാ.

പിറ്റെന്നാൾ നേരത്തോട് നേരം കഴിഞ്ഞപ്പോൾ നെൽസണെത്തി. കണ്ടവർ കണ്ടവർ ചുറ്റും കൂടി നഞ്ച് തിന്ന മീനെ പോലെ അയാൾ എന്തൊക്കെയോ പറയുന്നു. ഒരു ദിനം കടന്ന് പോയത് അയാൾക്ക് ഓർമ്മയില്ലാ. ഇടനാഴിയിലൂടെ നടന്ന് പോകുമ്പോൾ ആരോ കയ്യിൽ പിടിച്ച് വലിച്ച് ഒരു മുറിയിലേക്ക് കൊണ്ടുപോയി. കുറച്ച് പെണ്ണുങ്ങൾ ആ മുറിയിൽ ഉണ്ടായിരുന്നു. കേട്ടവർക്ക് ഭയമായി. നെൽസണ് പിന്നീട് ദീർഘകാലം ചികിത്സ വേണ്ടി വന്നു സമനില തിരിച്ചെടുക്കാൻ. ചില സുഹൃത്തുക്കൾ സത്യം അറിയാൻ പിന്നീട് ഒരു നാൾകൂടി അവിടെ പോയി. ഇടനാഴിയോട് ചേർന്ന് മുറിയുണ്ട് പക്ഷെ തുറക്കാൻ കഴിഞ്ഞില്ലാ. സത്യം എന്താണെന്ന് ഇന്നും ആർക്കും അറിയില്ലാ. ആ സംഭവത്തിലെ ഒരു സാക്ഷിയാണ് ഞാൻ അതുകൊണ്ട്

ഞാൻ വരുന്നില്ലാ.

ഇത് കേട്ടപ്പോൾ പലർക്കും അങ്ങോട്ട് പോകാൻ താത്പര്യമില്ലാ. എങ്കിലും ആരാണ് എന്താണ് എന്നറിയേണ്ടേ? അത് മനുഷ്യൻ തന്നെയല്ലേ? പ്രേതം കാറ് വിളിച്ച് വരുമോ നൂറ് നൂറ് സംശയങ്ങൾ. ഒടുവിൽ ഒരു സംഘം ആളുകളുമായി പോകാൻ തീരുമാനിച്ചു.

പ്രായം ചെന്ന മനുഷ്യൻ കയ്യിൽ ഒരു കവറു എടുത്തു. ജനക്കൂട്ടം ആ മുറ്റത്തെത്തി. പൊട്ടിപൊളിഞ്ഞു കിടക്കുന്ന ഇളം തിണ്ണയിൽ ഒരാൾ ഇരിക്കുന്നു. ജീൻസും ടീ ഷർട്ടും നീട്ടിവളർത്തിയ മുടിയും. ആൾക്കൂട്ടത്തിന്റെ അനക്കമറിഞ്ഞ് അയാൾ തിരിഞ്ഞു നോക്കി. ഒരുകൂട്ടം ആളുകൾ ചെന്നവരോ കണ്ടത് ആണും പെണ്ണുമല്ലാത്ത ഒരു രൂപം. വന്നയാൾ ആ പ്രായം ചെന്ന മനുഷ്യനെ മാത്രം ശ്രദ്ധിച്ചു. കണ്ണുകൾ നിറഞ്ഞു. കൈകൂപ്പി വിളിച്ചു.

“രാമേട്ടാ... എന്റെ അപ്പനും അമ്മയും.” രാമൻ അയാളെ തുറിച്ചു നോക്കി.

“രാമേട്ടാ ഞാൻ... യാകൂബാണ്.”

“തടിച്ച് കൊഴുത്ത കാളകുട്ടിയില്ലാ അറുക്കാൻ മാനസ്സാന്തരപ്പെട്ട് തിരിച്ചുവന്ന നിന്നെ അണിയിച്ച് സ്വീകരിക്കാൻ അപ്പന്റെ ഭവനത്തിൽ മോതിരവുമില്ലാ യാകൂബേ.”

“മാപ്പാക്കണം രാമേട്ട എന്റെ അപ്പനും അമ്മയും ഒന്ന് പറയാമോ?”

രാമന്റെ മനസ് മാറി. “മാപ്പ് നൽകേണ്ടത് ഞാനല്ലാ. നീ അവരെ ഉപേക്ഷിച്ച് പോയതിന് ശേഷം. രണ്ട് നാൾ ഇവിടെ മരിച്ച മനസ്സും, ജീവിക്കുന്ന ശരീരവുമായി ഉണ്ടായിരുന്നു. മൂന്നാം നാൾ നീ വന്നാൽ തരാനായി ഈ കവർ ഏൽപിച്ചിട്ട് പുണ്യ തീർത്ഥാടനങ്ങൾക്കായി യാത്രയാരംഭിച്ചു. ഈ സമ്പത്ത് മുഴുവൻ നിന്റെ പേർക്കായി എഴുതിവച്ചിരിക്കുന്നതാണ്. നീ വന്നില്ലായിരുന്നുവെങ്കിൽ കാലശേഷം സർക്കാരിനും. നീ തിരിച്ചെത്തിയോ എന്ന് ഓരോ തീർത്ഥാടന കേന്ദ്രത്തിൽ നിന്നും വിളിക്കും, അവസാനമായി വിളിച്ചത് കേദാർനാഥിൽ നിന്നും. പിന്നീട് കേദാർനാഥിൽ നിന്ന് ഒരു വിളി കൂടി വന്നു. അത് നിന്റെ അപ്പനും അമ്മയും ആയിരുന്നില്ലാ. മലവെള്ള പാച്ചിലിൽ ഒലിച്ചു പോയവരുടെ ശവക്കൂനയിൽ നിന്നും കണ്ടെടുത്ത രേഖകൾ വച്ച് സർക്കാർ ഉദ്യോഗസ്ഥൻ. ദൈവപുത്രനായ യാകൂബേ നീ അവരെ ബലിയർപ്പിച്ചു.

അവൻ മുട്ടുകുത്തി കൈകൊണ്ട് മുഖം പൊത്തി പൊട്ടികരഞ്ഞു. രാമൻ അയാളുടെ തോളിൽ തട്ടി പറഞ്ഞു.

“മോനെ, ആദർശവും ഫെമിനിസവും അല്ലാ ജീവിതം. നമ്മുടെ ജീവിതമാണ് ആദർശം. നിന്റെ സമയം ആരംഭിച്ചു. നന്മകൾ ചെയ്ത് പ്രായശ്ചിത്തങ്ങളിലൂടെ നീ ലോകത്തിന് ഉപ്പായി മാറുക”.

***** ശുഭം *****

കഴുമരത്തിലേക്കുള്ള വഴി

കിഴക്ക് ചുവന്ന് തുടിച്ചിരിക്കുന്ന മേഘത്തിനിടയിലൂടെ പുറത്ത് വരാൻ കാത്തിരിക്കുന്ന സൂര്യനേയും നോക്കി അഴികൾക്ക് മുന്നിലായിരിക്കുന്ന ജോയ്സി. ശത്രുക്കളെ പോലും നിരാശപ്പെടുത്തുന്ന ആ ദിനം പിറക്കാൻ പോകുന്നു. എല്ലാവരും പറയും ജനനവും, മരണവും ആർക്കും പ്രവചിക്കാനാവില്ലായെന്ന് എന്നാൽ ജോയ്സിയുടെ മരണദിവസവും സമയവും കൃത്യമായി അറിയാം. മുന്നിലെ വരാന്തയിലൂടെ ഡ്യൂട്ടിയുടെ ഭാഗമായി കടന്ന് പോകുന്ന പോലീസുകാർ ജോയ്സിയുടെ മുന്നിലെത്തുമ്പോൾ നിസ്സഹായാവസ്ഥയിൽ നോക്കുന്നുണ്ടെങ്കിലും മറ്റൊരു ദിനം സൂര്യപിറവി കാണുവാൻ താൻ ഉണ്ടാവില്ലാ എന്നറിയുന്നത് കൊണ്ട് മറ്റൊന്നും ശ്രദ്ധിക്കുന്നില്ല. ചുവന്ന മേഘത്തിനുള്ളിൽ ആ മൊട്ട് വിരിഞ്ഞിരിക്കുന്നു. വൃത്ത ഗോപുരത്തിലെ മേൽക്കൂരയിൽ തൂങ്ങി കിടക്കുന്ന വലിയ ഓട്ടു മണി മുഴങ്ങി.

സെല്ലുകളിലെ ഇരുമ്പ് വാതിലുകൾ ഒന്നൊന്നായി തുറക്കുന്ന ശബ്ദം കേൾക്കാം. എല്ലാവരും പതിവ് ദിനചര്യകൾക്കായി നടക്കുമ്പോഴും ഓരോ കണ്ണുകളും ജോയ്സിയുടെ സെല്ലിലേക്കാണ്. എല്ലാവരുടെയും ദയനീയ നോട്ടം കാണാൻ താത്പര്യമില്ലാത്തതുകൊണ്ട് അയാൾ ഒരു മൂലയിലേക്ക് ഒതുങ്ങിക്കൂടി.

അല്പ നേരത്തിനുള്ളിൽ ജോയ്സിയുടെ വാതിലിന്റെ താഴ് രണ്ട് പോലീസുകാർ വന്ന് തുറന്നു. അവർ അകത്തു കയറി പറഞ്ഞു.

“ജോയ്സി പ്രഭാത കർമ്മങ്ങൾ ചെയ്യണ്ടേ?” ജോയ്സി അവരെ നോക്കി. നാളിതുവരെ കേൾക്കാത്ത ആദരവോടെയുള്ള സംസാരം.

“ഉം.”

“വരൂ.”

“പോലീസ് അകമ്പടിയോടെ ബാത്റൂമിലേക്ക് യാത്രയ്ക്കിടെ അവർ ചോദിച്ചു. ഇന്ന് രാവിലേയും, പത്തുമണിക്കും, ഉച്ചക്കും, നാലുമണിക്കും, അത്താഴവും എന്ത് ഭക്ഷണങ്ങളാണ് വേണ്ടത്.”

അയാൾക്ക് പതിവില്ലാത്ത ആ ചോദ്യം കേട്ടപ്പോൾ ചിരിവന്നു.

“മടിക്കണ്ട പറഞ്ഞോളൂ ജോയ്സി.”

“രാവിലെ ഉണക്കലരിയിൽ ഉണ്ടാക്കിയ രണ്ട് കഷ്ണം പുട്ടും, ശുദ്ധമായ വെളിച്ചെണ്ണയിൽ കാച്ചിയെടുത്ത രണ്ട് പപ്പടവും, ചായയും. പത്തുമണിക്ക് നാലു ചുള പച്ച വരിക്ക ചക്കയും ഒരു കപ്പ് ഉച്ച കഞ്ഞിയുടെ ഉപ്പിട്ട തെളിനീർ കഞ്ഞിവെള്ളവും. ഉച്ചക്ക് കുത്തരിയുടെ മൂന്ന് കയിൽ കഞ്ഞിയും. ഉണക്കമീൻ തീകനലിൽ ചുട്ടതും ഉണക്കമീൻ ചുട്ടരച്ച ചമ്മന്തിയും. നാലുമണിക്ക് കപ്പ പുഴുങ്ങിയതും കാന്താരി മുളകും ചുവന്നുള്ളിയും ഉപ്പും ചേർത്തരച്ച ചമ്മന്തിയും ഇത്തിരി കട്ടൻ ചായയും. അത്താഴം ഇത്തിരി ചോറും എന്തെങ്കിലും കറിയും.

ജോയ്സി ബാത്തുറൂമിൽ കയറി. പോലീസ് പറഞ്ഞു.

"സാധാരണ എല്ലാവരും വലിയ ആവശ്യങ്ങൾ പറയുമ്പോൾ ഇയാൾ മാത്രം ചെറിയ കാര്യങ്ങൾ ചോദിക്കുന്നു."

മറ്റെയാൾ പറഞ്ഞു. "അയാൾ തനി നാട്ടിൻ പുറത്തുകാരൻ, സാധാരണക്കാരൻ അത്രയും കണ്ടാൽ മതി". പ്രഭാത കർമ്മങ്ങൾ കഴിഞ്ഞ് പോലീസ് അയാളെ സെല്ലിലാക്കി മടങ്ങി. അല്പം കഴിഞ്ഞപ്പോൾ പ്രഭാത ഭക്ഷണമെത്തി. ഉണക്കലരി പുട്ടിലേക്ക് വെളിച്ചെണ്ണയിൽ കാച്ചിയ പപ്പടം വച്ച് ഞെരിച്ചമർത്തി ഒരു പിടുത്തം എടുത്ത് വായിൽ വെക്കുമ്പോൾ സൂപ്രണ്ടും ഏതാനും പോലീസുകാരും യൂണിഫോം ഇല്ലാത്ത ഒന്ന് രണ്ട് പേരും മുന്നിലെ വരാന്തയിലൂടെ നടന്ന് പോകുന്നത് കണ്ടു.

അടുത്തെവിടെയോ നിന്ന് വിജാഗിരി ഉരയുന്ന വലിയ ശബ്ദം കേട്ടു. ക്രിം... ക്രി... ക്രി ഏതോ കനം കൂടിയ വാതിൽ പലകയാണ് എന്ന് ആ ശബ്ദം വ്യക്തമാക്കുന്നു. ജോയ്സി ഭക്ഷണം കഴിച്ച് പാത്രം ഒരു മൂലയിൽ ഒതുക്കി വച്ചു.

സൂപ്രണ്ടിന്റെ മേൽ നോട്ടത്തിൽ അവിടെ പരിശോധന നടന്നു. നല്ല ഉയരത്തിലും ആനുപാതികമായ വീതിയിലും നിൽക്കുന്ന ഒരു കട്ടളക്ക് സമം. എട്ടിഞ്ചോളം കനമുള്ള കടുപ്പമേറിയ തടിയാണ്. നാല് ഭാഗവും സമചതുരമാണെങ്കിലും മദ്ധ്യഭാഗം തേയ്മാനം സംഭവിച്ച് വൃത്തരൂപത്തിലാണ്. അടിഭാഗം കനമുള്ള മരപ്പലകവിരിച്ച് മച്ച് മദ്ധ്യഭാഗം മൂന്നടി സമചതുരത്തിൽ താഴേക്ക് തുറന്ന് പോകാവുന്ന രീതിയിൽ സാക്ഷ നിർമ്മിതവും, വെളിയിലായി അത് തുറക്കതെക്കരീതിയിലുള്ള കൈപിടിയും ഉണ്ട്. അടിഭാഗം വലിയ ഒരു കുഴിയും അതിലേക്കിറങ്ങുവാൻ പടികളും, കട്ടിളയുടെ മുകൾ ഭാഗം ഒരു പ്ലാസ്റ്റിക് കയർ കെട്ടി അതിൽ ജോയ്സിയുടെ അതേ തൂക്കം നിറച്ച് ഒരു ചാക്ക്. അവർ ട്രയൽ നടത്തി നോക്കുകയാണ്. ലിവർ ചലിപ്പിക്കുന്നതും പലക പിടയ്ക്കുന്നത്തിന്റെ ശബ്ദവും ജോയ്സിക്ക് കേൾക്കാമായിരുന്നു. കുറച്ച് കഴിഞ്ഞപ്പോൾ വാതിലുകളടച്ച് അവർ പോകുന്നതും അയാൾ കണ്ടു.

പത്തുമണിക്കും അയാൾ ആവശ്യപ്പെട്ട ഭക്ഷണമെത്തി. കൃത്യസമയത്ത് ഉച്ചകഞ്ഞിയും. അതും കുടിച്ചതിന് ശേഷം രണ്ട് ഏമ്പക്കവും വിട്ട് ഒരു പോലീസുകാരനോട് അയാൾ ചോദിച്ചു.

"സാർ ഒരു ബീഡി തരാമോ?"

പോലീസുകാരൻ പോക്കറ്റിൽ നിന്നും ഒരു സിഗരറ്റ് പാക്കറ്റ് നീട്ടി.

"ഇത് വേണ്ട സാർ."

"എടുത്തോളൂ ഒന്നോ രണ്ടോ എടുത്തോളൂ. വേണമെങ്കിൽ ഇത് മുഴുവൻ എടുത്തോളൂ."

അയാൾ ചിരിച്ചുകൊണ്ട് പറഞ്ഞു. "വേണ്ട സാർ, കിട്ടുമെങ്കിൽ എനിക്ക് ഒരു ദിനേശ് ബീഡി മതി."

"കയ്യിൽ ഇല്ല എത്തിച്ചു തരാം."

അയാൾക്ക് അന്ന് വലിയ വി.ഐ.പി. പരിഗണ ലഭിക്കുന്നത് പോലെ തോന്നി. പോലീസ്

മടങ്ങാൻ നേരം വീണ്ടും പറഞ്ഞു.

"സാർ വരുമ്പോൾ എനിക്ക് ഒരു പേനയും പേപ്പറും തരുമോ?"

"തരാം."

അവർ മടങ്ങിപ്പോയി. എതിർ ദിശയിലെ സെല്ലിൽ കിടക്കുന്നവർ മുഴുവൻ തന്നെത്തന്നെ ശ്രദ്ധിക്കുന്നതവൻ കണ്ടു. അവരെ നോക്കിചിരിച്ചു കൈ വീശി റ്റാറ്റ കൊടുത്തു സാരമില്ല എന്നർത്ഥത്തിൽ. എന്നിട്ട് പായ എടുത്ത് തറയിൽ വിരിച്ച് മലർന്ന് കിടന്നു.

അല്പ നേരം കഴിഞ്ഞപ്പോൾ ഒരു പോലീസ് എത്തി ഒരു പൊതി ദിനേശ് ബീഡിയും ലൈറ്ററും കൊടുത്തു കൂടെ പേപ്പറും പേനയും എന്നിട്ട് പറഞ്ഞു.

"ജോയ്സി ഇതെല്ലാം നിയമവിരുദ്ധവും തെറ്റുമാണ്. ഓർമ്മ വേണം."

"ഉം അറിയാം സാർ. ബുദ്ധിമുട്ടിക്കില്ലാ. അയാൾ ഒരു ദിനേശ് ബീഡിക്ക് തീ കൊളുത്തി വലിച്ചിരുത്തി മൂക്കിലൂടെയും വായ്ലൂടെയും വട്ടമിടുകയും ചെയ്തു. തുടർന്ന് എഴുതാൻ തുടങ്ങി.

കുറെ കഴിഞ്ഞപ്പോൾ ഒരു മെഡിക്കൽ സംഘം എത്തി ചെക്കപ്പിന് വിധേയമാക്കി. മുഴുവൻ റിസൾട്ടും പോസിറ്റീവ്. ജോയ്സി ഡോക്ടറോടും ഒരു ആഗ്രഹം അറിയിച്ചു.

"സാർ എന്റെ ഹൃദയവും, വൃക്കയും, കണ്ണും മറ്റും ആർക്കെങ്കിലും ദാനം ചെയ്യാൻ പറ്റുമോ? ഈ ദേഹം ഏതെങ്കിലും സർക്കാർ മെഡിക്കൽ കോളേജിന് നൽകാൻ കഴിയുമോ?

ഡോക്ടർമാർ അപ്പോൾ തന്നെ അതിനുള്ള സമ്മത പത്രങ്ങൾ ഒപ്പ് ഇടീച്ച് വാങ്ങി. റിസൽട്ട് സൂപ്രണ്ടിന് കൈമാറി.

അല്പം കഴിഞ്ഞപ്പോഴേക്കും കപ്പ പുഴുങ്ങിയതും കാന്താരി ചമ്മന്തിയും കട്ടൻ ചായയുമെത്തി. അപ്പോഴാണ് അയാൾ സമയത്തിന്റെ വില കൃത്യമായും തിരിച്ചറിഞ്ഞത്. എത്രവേഗത്തിലാണ് സമയം ഓടുന്നത്. ഇനി ഒരു ദിവസം പോലും ആയുസ് ഇല്ലാ. കണ്ണുകൾ നനഞ്ഞു. കണ്ണീർ ഒലിച്ചിറങ്ങാൻ തുടങ്ങി ഹൃദയത്തിൽ ഒരു തേങ്ങൽ അത് ദീർഘശ്വാസമായി പുറത്തു വന്നു. ഇതെല്ലാം കണ്ടിരുന്ന പോലീസുകാരുടെ കണ്ണും നിറഞ്ഞു. അവർ ആശ്വസിപ്പിക്കാനായി പറഞ്ഞു.

"വിധിയെ നമ്മുക്ക് തടയാനാവില്ലല്ലോ ജോയ്സി." അയാൾ അവരുടെ മുഖത്തേക്ക് നോക്കി ചിരിച്ചു.

"ചൂട് കപ്പയും, കാന്താരിമുളകും ചായയും കഴിച്ചാൽ ആരുടെ കണ്ണാണ് നിറയാത്തത്. എരിഞ്ഞിട്ടാണ് സാർ."

അതേ അർത്ഥത്തിൽ അയാൾ തിരിച്ചും പറഞ്ഞു. സത്യം അതല്ലാ എന്ന് ഇരുകൂട്ടർക്കും അറിയാം.

സായാഹ്ന മായപ്പോൾ സൂപ്രണ്ട് സെല്ലിലെത്തി ജോയ്സി."

“സാർ.”

“ഞങ്ങളുടെ ജോലിയുടെ ഭാഗമായി ഇതെല്ലാം ചെയ്യേണ്ടി വരുന്നതാണ്.”

“അറിയാം സാർ.”

“ജോയ്സിക്ക് ഇനി എന്തെങ്കിലും ആഗ്രഹം ഉണ്ടോ? ഉണ്ടെങ്കിൽ പറഞ്ഞോളൂ.”

“രണ്ട് മൂന്ന് ചെറിയ ആഗ്രഹങ്ങൾ ഉണ്ടായിരുന്നു.”

“പറയൂ.”

അയാൾ എഴുതി വച്ചിരുന്ന പേപ്പറുകൾ സൂപ്രണ്ടിന് കൊടുത്തു പറഞ്ഞു.

“ഞാൻ ഭാഗ്യം ഉള്ള ആളാ അല്ലേ സാർ.” സൂപ്രണ്ട് അയാളുടെ മുഖത്തേക്ക് തന്നെ നോക്കി നിന്നു. ജോയ്സി ചിരിച്ചു കൊണ്ട് വീണ്ടും തുടർന്നു. “അപൂർവ്വങ്ങളിൽ അപൂർവ്വം മനുഷ്യർക്കല്ലേ സാർ മരണദിവസവും സമയവും കൃത്യമായി അറിയാൻ കഴിയൂ.”

“ഹും..”

ഈ കത്ത് എന്റെ മരണം ഉറപ്പാക്കി കഴിയുമ്പോൾ ഹൈക്കോടതിയ്ക്കും, പത്രക്കാർക്കും മറ്റു മാദ്ധ്യമങ്ങൾക്കും കൊടുക്കണം. ഇത് സമൂഹത്തിൽ ചർച്ച ചെയ്യപ്പെടണം. പിന്നെ എന്നെ തൂക്കിലേറ്റുമ്പോൾ ഈ നമ്പറുള്ള വസ്ത്രം മാറ്റി എനിക്ക് ഒരു മുണ്ടും ഷർട്ടും അണിഞ്ഞ് വേണം കഴുമരത്തിലേക്ക് പോകാൻ. തരുമോ സാറെ ഒരു ഷർട്ടും മുണ്ടും.

“ഉം... തരാം.”

“സാർ ഇന്നത്തെ സൂര്യാസ്തമനം കാണാൻ എന്നെ ഒന്ന് പുറത്തു കടത്താമോ? ഇനി ഞാൻ സൂര്യാസ്തമനം കാണില്ലല്ലോ സാർ.” അയാൾ സൂപ്രണ്ടിനെ നോക്കി ചിരിച്ചു എന്നിട്ട് വീണ്ടും പറഞ്ഞു. “അല്ലെങ്കിൽ വേണ്ട സാർ. ഈ കണ്ണ് ഇനിയും കാഴ്ചയുമായി ഈ ഭൂമിയിൽ ഉണ്ടാവും. എന്റെ ഹൃദയവും വൃക്കയും ശരീരവും എല്ലാം ഇവിടെ തന്നെ ഉണ്ടാവും.

സൂപ്രണ്ട് അയാളെ സെല്ലിൽ നിന്ന് വെളിയിലേക്കിറക്കി. കാശുകുടുക്കയിലേക്കിറങ്ങുന്ന പൈസപോലെ മേഘ പാളിയിലേക്കിറങ്ങുന്ന തിളക്കമാർന്ന സൂര്യൻ. ആ കാഴ്ചയിലും അയാൾ സംസാരിക്കാൻ മടിച്ചില്ല.

“സാറെ, അതിന് ആരാണ് സൂര്യനെന്നും ചുവപ്പ് എന്നും പേരിട്ടത്. അറിയില്ലാ അല്ലേ? എനിക്കും അറിയില്ലാ. സാർ നമ്മുടെ കാൽച്ചുവട്ടിൽ കാണുന്ന ഉറുമ്പില്ലേ എത്ര ചെറുതാണ്. ഈ ലോകം എത്ര വലുതാ ലോകത്തിന്റെ മുന്നിൽ നമ്മൾ ഒരു ഉറുമ്പിന്റെ വലിപ്പം പോലുമില്ലാ. എന്നിട്ടും മനുഷ്യൻ. ആരാണ് ഇവിടെ വലിയവനും ചെറിയവനും.”

അയാൾ അല്പനേരം മൗനം പാലിച്ചു സൂര്യൻ പൂർണ്ണമായും താഴ്ന്നിറങ്ങി. അതുവരെയും സംസാരിച്ച അവസ്ഥകൾ മാറി. അയാൾ ചോദിച്ചു.

‘എന്നെ തൂക്കിലേറ്റാൻ വന്ന ആരാച്ചാരെ എനിക്ക് ഒന്ന് കാണാൻ സാധിക്കുമോ?”

സൂപ്രണ്ട് ഒന്നും പറഞ്ഞില്ല.

അത് ശരിയാവില്ല അല്ലേ സാറെ. എന്നെ യാത്രയാക്കാനുള്ള കഴുമരം പരിശോധിക്കാൻ പോയ കൂട്ടത്തിൽ ഉണ്ടായിരുന്ന ആ മെലിഞ്ഞ മനുഷ്യനായിരുന്നോ ആരാച്ചാർ?

'ഉം.'

എനിക്ക് അപ്പോഴെ തോന്നിയിരുന്നു ഗതികെട്ടവന്റെ ഗതികെട്ട ജോലി. പാവം അല്ലേ സാർ.

'ഉം.'

സാറെ സൂര്യൻ അമേരിക്കയിലേക്ക് പോയി. മതി സാറെ എന്റെ ഈ പകൽ കണ്ട് മതിയായി. ഇനി അകത്തേക്ക് പോകാം സാർ." അയാൾ തന്നെ സെല്ലിൽ കയറി വാതിൽ കുറ്റിയിട്ടു.

"ഇനി പൂട്ടിക്കോളൂ സാറെ."

ഒരു പോലീസുകാരൻ സെല്ല് പൂട്ടി. തിരിച്ച് നടക്കുന്നതിനിടയിൽ.

'കാര്യം കുറ്റവാളികളാണെങ്കിലും ചില സമയം അവർ നമ്മളെ വല്ലാതെ വേദനിപ്പിക്കും അല്ലേ സാറെ."

"ഉം... ശരിയാടോ നമ്മൾ എന്ത് ചെയ്യാനാ. കാണാൻ വരുന്ന ആരേയും കാണാൻ അയാൾ തയ്യാറായില്ലാ. പ്രത്യേകിച്ചും സങ്കടം തോന്നിയെടോ അയാളുടെ ഭാര്യയേയും ചോരയിൽ പിറന്ന മക്കളെ പോലും. മരണശേഷം പോലും ആരേയും കാണിക്കാൻ അനുവാദമില്ലാ. ആ കണ്ണുകളും, ഹൃദയവും, വൃക്കയും ഇനി ആർക്കും ഗുണമില്ലടോ അതെല്ലാം അയാളുടെ മോഹം മാത്രമാണ്. ആ ശരീരം മെഡിക്കൽ കോളേജിന് മാത്രമേ പ്രയോജനമുള്ളു അയാൾ അങ്ങനെയും സന്തോഷിച്ചു കൊള്ളട്ടെ എന്ന് കരുതി മാത്രമാണ് ആ മോഹം ആരും നിഷേധിക്കാതിരുന്നത്.

പകലന്തിയോളം വിവിധ കാര്യങ്ങളുമായി നടന്നവർ വൈകിട്ട് വീടുകളിലും മറ്റും ഒത്തുകൂടുമ്പോൾ ഓരോ വിശേഷങ്ങൾ പറയുന്നത് പോലെ ചുറ്റുപാടും പല പ്രാണികളും തങ്ങളുടെ മാളങ്ങളിൽ ഒത്തുകൂടിയപ്പോൾ അവരുടെ ഭാഷയിൽ കലപില ചിലക്കുന്ന ശബ്ദം ജോയ്സിയുടെ കാതുകളിലെത്തി. അന്ന് അയാൾ ആ ശബ്ദം എല്ലാം ശ്രദ്ധിച്ചു. രാവ് ഏറി വരുന്തോറും പല ശബ്ദങ്ങളും നിലച്ചുകൊണ്ടിരുന്നു.

ജോയ്സിയുടെ നിർദ്ദേശപ്രകാരമുള്ള അത്താഴം എത്തി. അത്താഴവും കഴിച്ച് ഒരു ബീഡിക്ക് തീ കൊളുത്തി ചുറ്റും നോക്കി എതിർ ദിശയിലെ സെല്ലുകളിൽ എല്ലാവരും ജോയ്സിയുടെ സെല്ലിലേക്ക് നോക്കിയിരിക്കുന്ന കാഴ്ച. മറ്റുള്ളവർ കാണാതെ ഒരുമൂലയിൽ പാ വിരിച്ച് കിടന്നു. എപ്പോഴോ ഉറങ്ങിപ്പോയി എങ്കിലും അർദ്ധ രാത്രി കഴിഞ്ഞയാൾ ഉണർന്നു. കണ്ണുകൾ തുറക്കാതെ കാതുകൾ മാത്രം കൂർപ്പിച്ചു. രാത്രിയെ തലോടുന്ന ചില പ്രാണികളുടെ ശബ്ദം. വിദൂരതയിൽ എവിടെന്നോ പുള്ള് ചിലക്കുന്നു.

കലണ്ടറോ ഘടികാരങ്ങളോ നോക്കാതെ പ്രകൃതിയിലെ മനുഷ്യനൊഴിച്ച് സർവ്വ

ജീവജാലങ്ങളും സമയവും ദിനങ്ങളും തിട്ടപ്പെടുത്തുന്നു. എന്തിന് പ്രകൃതി സമയ ക്രമം പാലിച്ച് ദൗത്യം നിറവേറ്റുന്നു. എല്ലാ മനുഷ്യനും പറയുന്നു. ഞാൻ.... എന്റെ... ഈ ഭൂമുഖത്ത് ഒന്നും സ്വന്തമല്ലാ. ഞാൻ എന്റെ എന്ന ഒന്നില്ല. തോന്നലുകളിൽ നിന്ന് ഉണ്ടാകുന്ന അഹങ്കാരം മാത്രമാണ്.

ജോയ്സി കണ്ണുകൾ തുറന്ന് വെളിയിലേക്ക് എത്തിനോക്കി. ഓരോ സെല്ലിലും ആരും ഉറങ്ങിയിട്ടില്ല. നിലാവെട്ടത്തിന്റെ റിഫ്ളക്സിൽ കാണാം എല്ലാ കണ്ണുകളും തന്നിലേക്ക്. വെള്ള വസ്ത്രധാരികൾ കുത്തിയിരിക്കുന്നു.

ഹാ.. ഇരുൾ എത്രമനോഹരം. ആരാണ് ഇരുളെന്നും, രാവെന്നും, അന്ധകാരം എന്നും വിളിച്ചത്. വിദൂരതയിൽ നിന്നും ബൂട്ടുകളുടെ ശബ്ദം ആ കാതുകളിൽ പതി ഞ്ഞു. ആ ശബ്ദം അടുത്തടുത്ത് വരുന്നു എന്ന് മനസിലാക്കി തലതാഴ്ത്തി. തന്റെ പ്രാണൻ യാത്രയാകുന്ന അവസാന നിമിഷങ്ങൾ. പായയിൽ പോയി ഇരുന്നു. വാതിലും താഴും തമ്മിൽ കൂട്ടിമുട്ടുന്ന ഇരുമ്പ് ശബ്ദം പിന്നാലെ. "ജോയ്സി."

"സാർ."

"എണീക്ക്."

പുതിയ ബ്രഷും, പേസ്റ്റും, തോർത്തും, സോപ്പും മുന്നിലേക്ക് വച്ചു. "കുളിക്കാൻ ചൂടുവെള്ളം അവിടെ തരാം."

ജോയ്സി തോർത്തും, മറ്റു സാധനങ്ങളും നെഞ്ചോട് ചേർത്ത് പിടിച്ച് വരാന്ത വഴി നടക്കാൻ തുടങ്ങി. മറ്റു ചില സെല്ലുകളിൽ തേങ്ങലുകളുടെ ശബ്ദം കാതിൽ പതിഞ്ഞു. പ്രഭാത കർമ്മങ്ങൾ ഒന്ന് ഒന്നായി നിറവേറ്റി കുളിക്കാൻ ചൂട് വെള്ളം തല യിലൂടെ ഒഴിക്കുമ്പോൾ അയാൾ തേങ്ങി. കണ്ണുനീർ വെള്ളവും ചേർന്ന് ഒഴുകി. പോലീസ് അകമ്പടിയോടെ വീണ്ടും സെല്ലിൽ. ആവി പറക്കുന്ന കട്ടൻചായ പുതിയ വെള്ളമുണ്ടും, ഷർട്ടും. ചൂടുചായ ഊതി ചുണ്ടിൽ വച്ചു. നല്ല ചൂട്. അയാൾ പോലീ സിനോടായി ചോദിച്ചു.

"സാർ സമയം എന്തായി."

''നാലേ മുപ്പത്."

"അഞ്ചേമുപ്പതിനല്ലേ സാർ."

"ഉം."

എന്നാൽ ഞാൻ ആദ്യം വസ്ത്രം മാറാം അപ്പോഴേക്കും ചായ അല്പം കൂടി തണുക്കും അല്ലേ സാർ."

വസ്ത്രങ്ങൾ മാറി പഴയ വസ്ത്രങ്ങളും പായയും വൃത്തിയായി മടക്കി ഒരി ടത്ത് ഒതുക്കി വച്ചു. ചായ എടുത്ത് ഊതി കുടിച്ചു.

"സാർ ഇപ്പോൾ സമയം എത്രയായി."

"അഞ്ച് മണി."

സമയത്തിന് മുന്നേ അവിടെ എത്തണം സാർ പോകാം."

"ഉം..."

അയാൾ മുന്നേ ഇറങ്ങി നടക്കുമ്പോൾ എല്ലാ സെല്ലിലെ അന്തേവാസികളും നോക്കി നിൽക്കുന്നു. അവർക്ക് നേരെ ഒരു സെലിബ്രിറ്റി കൈ ഉയർത്തി റ്റാറ്റ കൊടുക്കുന്നപോലെ റ്റാറ്റ കൊടുത്ത് നടന്നു.

കഴുമര സ്ഥലം. പൂപോലെ വെളിച്ചം തന്റെ കഴുത്തും കാത്ത് തൂങ്ങിക്കിടക്കുന്ന പുതിയ പ്ലാസ്റ്റിക് കയർ. അവിടെ കയറ്റി നിർത്തി കൈകൾ രണ്ടും പിന്നിലേക്ക് കെട്ടി. ജോയ്സി മുന്നിൽ ഭിത്തിയിൽ കൊടുത്തിരിക്കുന്ന ഡിജിറ്റൽ ക്ലോക്കിലേക്ക് നോക്കി. അഞ്ചേ ഇരുപത്തിയഞ്ച് തലയിലൂടെ കറുത്ത സഞ്ചി പോലുള്ള കട്ടിയേറിയ തുണി യിട്ടു. നെഞ്ച് പിടഞ്ഞു. മുപ്പത്തിയാറു വർഷം എന്നെ സ്വീകരിച്ച പ്രപഞ്ചമേ നന്ദി. ആരോ കഴുത്തിലേക്ക് കയർ ഇറക്കി ചേർത്ത് വച്ചു. ഘടികാരത്തിൽ സെക്കന്റുകൾ ടിക്....ടിക് എന്ന് ശബ്ദിക്കുന്ന ശബ്ദം മാത്രം. പെറ്റമ്മയുടെ മുഖം മനസിൽ തെളിഞ്ഞു കണ്ണുകൾ നിറഞ്ഞു വടിഞ്ഞു. ടൈമർ നിലച്ചു. പട പട ശബ്ദത്തോടെ ആ കാലുകൾ ശൂന്യമായ കിടങ്ങിലേക്ക് നീണ്ടു. ആ മുഴക്കത്തിൽ വിശ്രമത്തിലായിരുന്ന നരിച്ചീറുകളും പ്രാവിൻ കൂട്ടവും പട പട ചിറകടിച്ച് ശബ്ദിച്ച് പറന്നുയർന്നു. ആരാച്ചാർ ഒരു സിഗരറ്റിന് തീ കൊളുത്തി. പോലീസിന്റെ കണ്ണുകൾ നിറഞ്ഞു. സൂപ്രണ്ട് കൺപോളകൾ തിരുമ്മി ആഫീസ് മുറിയിലേക്ക്. ഒരു സിഗരറ്റിന് തീ കൊളുത്തി മുന്നിലിരുന്ന ജോയിസി കൊടുത്ത പേപ്പർ തുറന്നു നോക്കി.

ബഹുമാനപ്പെട്ട നീതിന്യായ കോടതികളെ, നിയമ നിർമ്മാണ സഭകളേ, സമാജികരെ.

നിങ്ങൾ ഈ അടുത്ത കാലത്തായികൊണ്ടു വന്ന ഒരു നിയമത്തിന്റെ ഒരു ബലിയാടാണ് ഞാൻ. ഈ രാജ്യത്തെ ഏതൊരു പ്രായപൂർത്തിയായ പുരുഷനും സ്ത്രീക്കും ഒരുമിച്ച് താമസിക്കുവാനും ജീവിക്കുവാനും അധികാരം കൽപിച്ച് നൽകി. പിന്നീട് അതിന്റെ പേരിൽ ഈ രാജ്യത്ത് തകർന്നു പോയ കുടുംബബന്ധങ്ങൾ എത്രയെന്ന് നിങ്ങൾ ഒരു കണക്ക് എടുക്കണം. ഓരോ പുതിയ നിയമങ്ങൾ കൊണ്ടു വരുമ്പോൾ തലനാര് കീറി പരിശോധന നടത്തണം. പിന്നീട് ആ നിയമം വിജയമാണോ പരാജയമാണോ കാണിക്കുന്നത് എന്ന് ശ്രദ്ധിച്ചുകൊണ്ടിരിക്കണം.

കൂലിപ്പണി ചെയ്ത് സന്തോഷവും സമാധാനവുമായി ഭാര്യയും രണ്ട് പെൺമക്കളുമായി ജീവിക്കുകയായിരുന്നു ഞാൻ. ഞാൻ ജോലി ചെയ്തിരുന്ന സ്ഥാപനത്തിലെ ഉടമ. ആ സ്ഥാപനത്തിലെ തന്നെ പല സ്ത്രീകളെയും പല രീതികളിൽ തന്റെ ചൊൽപ്പടിയിലാക്കി അയാൾ തന്റെ ഇഷ്ടങ്ങൾ സാധിച്ചുകൊണ്ടിരുന്നു. ആ അഹങ്കാരത്തിന് പിന്നിൽ പണമായിരുന്നു. ചില സന്ദർഭങ്ങളിൽ അറിഞ്ഞും അറിയാതെയും ഞാൻ അയാൾക്ക് കൂട്ടു നിന്നു. ആ കുടുംബങ്ങളിൽ എല്ലാം സംശയങ്ങൾ നിഴലിച്ചു. ഇത്തരം കുടുംബ ജീവിതങ്ങളിൽ ഭാര്യയോ ഭർത്താവോ ചോദ്യം ചെയ്താൽ അധികം കാത്തിരിക്കണ്ട, അവർ വീട്ടിലും നാട്ടിലും സമൂഹത്തിലെ എല്ലാ മേഖലകളിലും ഒരു സംശയ രോഗിയായി മാറുന്നു. അവർക്ക് കിട്ടുന്ന ആ അംഗീകാരം തെറ്റു

കൾക്ക് ബഹുമതിയും പിന്നെ ആ വഴി അനായാസം തുടരും. ചിലയിടത്ത് നിത്യ കലഹങ്ങളും പിൻതലമുറകൾ പിഴയ്ക്കുവാൻ ഇടയാക്കുകയും ചെയ്യുന്നു. ചില വീടുകളിൽ അടിപിടി, അക്രമം, അറിഞ്ഞും അറിയാതെയും മരണം അങ്ങനെ നീളുന്നു ഞാൻ ചിലതിൽ ഇടപ്പെട്ടു. സത്യം എനിക്കറിയാം. എന്നിട്ടും ഇതെല്ലാം വെറും സംശയങ്ങൾ മാത്രം എന്ന് പറയുമ്പോൾ എനിക്ക് ഉത്തരം ഇല്ലാതെ പോയിട്ടുണ്ട്.

അവസാനം അവൻ കൊത്തി കൊത്തി മുറത്തിൽ കയറി കൊത്തി എന്റെ വീട്ടിലും. ആദ്യം എന്നെയും ഒരു സംശയ രോഗിയാക്കി. സമൂഹത്തിലും ജീവിതത്തിലും നാണം കെടുത്തി. ഒത്തിരി ഉപദ്ദേശിച്ചു, ശാസിച്ചു, ചെറിയ രീതിയിൽ ശിക്ഷിച്ചു. ഒരു നാൾ അവനെയും, എന്റെ ഭാര്യയേയും തെളിവോടെ പിടിച്ചു. അപ്പോൾ അവൻ ഈ രാജ്യത്തെ നിയമത്തിന്റെ അവകാശം പറഞ്ഞു. എനിക്കത് താങ്ങാൻ കഴിയുമായിരുന്നില്ലാ.

അയാൾ കോടീശ്വരൻ അതുകൊണ്ട് സ്വീധീനവും ഉണ്ട്, ആരോഗ്യവാൻ. ഒരു നാൾ അയാൾ വരുന്ന സമയം നോക്കി കമ്പനിയിലെ ഒരു ജീപ്പുമായി വഴിയിൽ കാത്തു നിന്നു. അപ്പോൾ അയാൾ ബുള്ളറ്റിൽ വരുന്നത് കണ്ടു. നടുറോഡിൽ വാഹനം പല ആവർത്തി ഇടിച്ച് കയറ്റി കൊന്നു. പക തീരും വരെ. അതുകൊണ്ട് തന്നെ അഭിമാനത്തോടെ മരിക്കുന്നു. പക്ഷെ നാളെ ഈ നിയമം പുനഃപരിശോധിച്ചാൽ നന്ന്, എന്നപേക്ഷിക്കുന്നു.

എന്ന്,

സ്നേഹപൂർവ്വം,

ജോയ്സി

ആഫീസർ എഴുത്തു മടക്കി നിശബ്ദനായിരുന്നു.

***** ശുഭം *****

അച്ചനും കപ്യാരും

ടൂഠഠഠ.............

നെറ്റിയിൽ കൈപൊത്തി വികാരിയച്ചൻ. ഈശോയേ

ടൂഠ....

മൂക്കും വായും പൊത്തിപിടിച്ച് കപ്യാർ.

ഈ പൂ...മോനെ പൂർത്തിയാക്കാൻ കഴിയാതെ കപ്യാർ.

അച്ചനും കപ്യാരും മുഖാമുഖം നോക്കി ദേഷ്യവും സങ്കടവും ഉള്ളിലൊതുക്കി. കപ്യാരുടെ കണ്ണുകൾ നിറഞ്ഞു.

ടും.... ടും..... ടും.

നിലത്ത് വീണ് തെറിച്ച് തെറിച്ച് ഉരുണ്ട് പോകുന്ന ഒരു അലൂമിനിയം കലം.

ഐസിലൂടെ വഴുതുന്ന പോലെ ഇറയത്തെ മാർബിൾ തറയിലൂടെ തെന്നി തെന്നി ചവിട്ട് പടിയിൽ കാൽ ഉടക്കി വാഴ വെട്ടിയിട്ടതു പോലെ കമിഴ്ന്ന് വീഴുന്ന് വറീത്.

തൊട്ട് മുന്നിലായി കലിതുള്ളി നിൽക്കുന്ന വികാരിയച്ചനേയും കപ്യാരേയും ഒരു പ്രകാരത്തിൽ തല ഉയർത്തി നോക്കി ചിരിക്കണോ കരയണോ എന്നറിയാതെ ചിരിയും കരച്ചിലും ഇഴചേർന്ന് ഭാവാഭിനയത്തിൽ വറീത്.

ഉയരത്തിൽ നിന്നും പറന്നിറങ്ങുന്ന വിമാനം റൺവേയിലെ ടാറിംങ് തറയിൽ കത്തുന്ന ചക്രങ്ങൾ സാവകാശം വന്ന് നിൽക്കുന്ന പോലെ അടുക്കളയിൽ നിന്നും ഹാളിലേക്കും ഹാളിൽ നിന്ന് സിറ്റൗട്ടിലേക്കും വറീതിന്റെ പിന്നാലെ വന്ന് നിൽക്കുന്നു സോഫി. അച്ചനേയും കപ്യാരേയും കണ്ടതും ഇനിയെന്ത് എന്നറിയാതെ ഒരു നിമിഷം. ഒടുവിൽ കുട്ടികളെ പോലെ കൊഞ്ചി ഒരു കരച്ചിലും.

“ഹും.... ഹും... എന്റെ പൊന്നച്ചാ ഇതിയാന്റെ കൂടെയുള്ള ഈ ജീവിതം.”

എല്ലാവരും കണ്ടതും സംഭവിച്ചതും മിന്നൽ വേഗതയിലായിരുന്നു. അതുകൊണ്ട് തന്നെ എന്താ സംഭവിച്ചത് എന്ന് അച്ചനും കപ്യാർക്കും ഒന്നും മനസിലായില്ല. നെറ്റി തിരുമ്മി നിന്ന അച്ചൻ അരയോളം ഉയരത്തിൽ മടക്കി കുത്തി വച്ചിരുന്ന സോഫിയുടെ നൈറ്റിയിലേക്ക്, തുടകളിലേക്ക് നോക്കി അച്ചന്റെ കണ്ണുകളിൽ നിന്നും സോഫിയുടെ ഉൾബോധമനസ് ഉണർന്നു. നൈറ്റിയുടെ കുത്തഴിച്ചിട്ടു. സോഫിയുടെ കരച്ചിൽ നാണത്തിലേക്കും വശീകരണത്തിലേക്കും ഭാവം മാറി.

ആദ്യം അച്ചൻ ചെറുതായി ഒന്ന് ആസ്വദിച്ചുവെങ്കിലുംപെട്ടെന്ന് ഉള്ളിൽ ദൈവ വിളിയുണ്ടായി.

“സെബാസ്റ്റ്യനച്ചാ കണ്ണ് വെടുക്കായാൽ അതിനെ ചൂഴ്ന്ന് എടുത്തു കളയണം. കണ്ണുകൾ അരുതാത്തതിൽ മോഹിപ്പിച്ചാലും അതും വ്യഭിചാരം തന്നെ”. കർത്താവിന്റെ ശബ്ദം ഉറപ്പായും മണ്ണിനെ പ്രണയിക്കുന്ന മണ്ണിരയെപ്പോലെ നിലത്ത് കിടന്ന് ഇഴയുന്ന വറീതിനോട് അച്ചൻ പറഞ്ഞു.

“എണ്ണീറ്റ് പോടാ വറീതെ ഇല്ലെങ്കിൽ എന്റെ കാലൻകുടയ്ക്ക് പണിയാവും കേട്ടോ. കലം കൊണ്ടുള്ള ഏറ് കിട്ടിയതിന്റെ വിഷമം മാറിയിട്ടില്ലാ. വേഗം എണീറ്റോ അതാ നല്ലത്.”

"അപ്പോൾ എന്റെ മൂക്കിൽ കൊണ്ടതോ അച്ചാ." ചടഞ്ഞ മൂക്കായതിനാൽ ശബ്ദം മാറി കപ്യാർ പറഞ്ഞു.

"ഞാൻ പലപ്പോഴും പറഞ്ഞിട്ടില്ലേ കപ്യാരെ ഏതെങ്കിലും വീട്ടിൽ ചെന്നാൽ മൂക്കറ്റം വരെ തിന്നരുതെന്ന്. അതിനുള്ള ശിക്ഷയായി ഇതിനെ കണ്ടാൽ മതി."

"അപ്പോൾ അച്ചന്റെ നെറ്റിയിൽ കൊണ്ടതോ."

"അത് സാത്താന്റെ പരീക്ഷണമാണ് കപ്യാരെ. "

"ഉലക്കേടെ മൂട്." അച്ചന്മാർക്ക് എന്തെങ്കിലും പറ്റിയാൽ അത് പിശാചിന്റെ പ്രവർത്തനം. മറ്റൊള്ളവർക്ക് പറ്റിയാൽ അത് ശിക്ഷാവിധി. മനസിൽ പിറുപിറുത്തു കള്ള കത്തനാര്. എന്തെങ്കിലും ദുഷ്ടതകാണും അതുകൊണ്ടാ തലയ്ക്ക് തന്നെ ഒന്നാംതരം ഏറ് കിട്ടിയ്.

ഒരു പ്രകാരത്തിൽ എണീറ്റ് ചവിട്ട് പടിയിൽ ഇരുന്നുകൊണ്ട് വറീത് മന്ദനെപ്പോലെ ചോദിച്ചു. "അപ്പോൾ രണ്ട് പേർക്കും ഏറ് കിട്ടിയെങ്കിൽ രണ്ട് കലം ഉണ്ടായിരുന്നോ?"

അത് ശരി. കലം ഒന്നേ ഉണ്ടായിരുന്നുള്ളൂ. ഉൽക്ക പോലെ ഒരെണ്ണം അകത്ത് നിന്ന് വന്നു എന്റെ നെറ്റിയിൽ കൊണ്ടു. ഇരിക്കട്ടെ കപ്യാർക്കെന്ന് കലത്തിന് തോന്നി തെറിച്ച് കപ്യാരുടെ മൂഞ്ചിക്ക്. അവിടുന്ന് തെറിച്ച് നിലത്ത് വീണ് ടും.. ടും... ടും. എന്നും പറഞ്ഞ് ഉരുണ്ടുരുണ്ട് ദാ പോയി കിടക്കുന്നു.

ഇതിനിടയിൽ വെളിയിൽ ഇരിക്കുന്ന ചില പാത്രങ്ങളിലേക്കും അച്ചന്റെ കണ്ണുകൾ എത്തി.

"അല്ലാ സോഫി മോളെ ഇവിടെ ചളങ്ങാത്ത പാത്രങ്ങൾ വേറെ ഒന്നുമില്ലേ?"

"ഒന്നും പറയണ്ട അച്ചാ ഇതിയാന്റെ കുടി നിർത്താതെ ഇവിടെ ശരിയാവില്ല."

ദേഷ്യപ്പെട്ട് അച്ചൻ ഒന്ന് എണീക്കടാ വറീതെ. നാക്കിറുക്കി. "നല്ല ഒരു ഞായറാഴ്ചയായിട്ട് പള്ളിയിലും വരാതെ കള്ളും കുടിച്ച് വേഷം കെട്ടി നടക്കുന്നു. നിന്നെ ഒന്ന് കാണാൻ തന്നെയാ വന്നത്. നിന്റെ പാവം ഭാര്യയും മക്കളും മുടങ്ങാതെ കുർബാന കാണാൻ വരുന്നു. നിന്നെ കണ്ട് ഭാര്യയും മക്കളും പഠിക്കേണ്ട സ്ഥാനത്ത് അവരെ കണ്ട് നീ പഠിക്കേണ്ട ഗതികേട്. നീ എത്ര നാളായി പള്ളിയിൽ വന്നിട്ട്."

വറീത് വിരൽ നീട്ടി ഒന്ന് രണ്ട് എന്ന് എണ്ണാൻ തുടങ്ങിയപ്പോൾ ക്ഷുഭിതനായി അച്ചൻ.

"എടാ തെണ്ടി നീ നിന്റെ ഇളയ കൊച്ചിന്റെ ആദ്യ കുർബ്ബാനക്ക് വന്നതല്ലേടാ കള്ള് കുടിയാ.
"ക്ഷീണം തീർക്കാൻ ഇത്തിരി കുടിക്കും."
"നിന്റെ ക്ഷീണം."

അച്ചനൊക്കെ വീഞ്ഞ് കുടിക്കാറില്ലേ? അല്ലെങ്കിലും ബൈബിൾ പറയുന്നുണ്ടല്ലോ നിന്റെ കൂടെക്കൂടെയുള്ള ക്ഷീണം തീർക്കാൻ അല്പം വീഞ്ഞ് സേവിച്ചുകൊള്ളാൻ. കർത്താവിന്റെ ആദ്യ അത്ഭുതം തന്നെ കാനാവിലെ പച്ചവെള്ളത്തെ വീഞ്ഞാക്കിയതല്ലേ? അപ്പോൾ അച്ചനും കർത്താവിനും എന്തും ആകാം. ഞങ്ങൾ ഈ പാവങ്ങൾ ചെയ്താൽ പാപം.

ഓ... നീ ബൈബിൾ നന്നായിട്ട് പഠിച്ചുവെച്ചിട്ടുണ്ട് അല്ലേ? എല്ലാ കള്ള് കുടിയന്മാരും കൃത്യമായി ഇത് പഠിക്കും.

സോഫിയ പറഞ്ഞു. "കേട്ടില്ലേ അച്ചാ ഇതിയാന്റെ തർക്കുത്തരം. ഈ മനുഷ്യൻ ഒരു

കാലത്തും നന്നാവില്ലാ. ഞാൻ പലപ്പോഴും അച്ചനോട് പറഞ്ഞിട്ടില്ലേ? ഇപ്പോൾ അച്ചന് മനസ്സിലായില്ലേ? വേണമെങ്കിൽ ഇതിയാൻ ഉപദേശിച്ച് മറ്റുള്ളവരെ കുടിയനാക്കി തരും."

"മദ്യപാനി സ്വർഗ്ഗരാജ്യത്തിന് അവകാശിയല്ലാ വറീതെ."

"അപ്പോൾ പിന്നെ നിങ്ങൾ വീഞ്ഞ് വിളമ്പുന്നതും കുടിക്കുന്നതോ? അല്ലെങ്കിൽ തന്നെ ഈ സ്വർഗ്ഗം എവിടെ അച്ചൻ കണ്ടിട്ടുണ്ടോ?"

ഞാൻ സ്വർഗ്ഗം കണ്ടിട്ടില്ലാ. പക്ഷെ ഞാൻ സ്വർഗ്ഗം പലരേയും കാണിച്ചിട്ടുണ്ട്.

കപ്യാര് അച്ചന്റെ മുഖത്തേക്ക് നോക്കി. എന്നിട്ട് മനസിൽ പറഞ്ഞു. "വെറുതെയല്ലാ ക്രിസ്തു പറഞ്ഞത് സ്വർഗ്ഗരാജ്യം നിങ്ങളുടെ ഇടയിൽ തന്നെയെന്ന്".

അച്ചൻ വറീതിനോടായി പറഞ്ഞു. വറീതെ നീ എന്നെ പരീക്ഷിക്കരുതേ വീഞ്ഞും നീ ദിനവും തേമ്പുന്ന മദ്യവും രണ്ടും രണ്ടാണ്. പിന്നെ പറഞ്ഞ സ്വർഗ്ഗം നന്മകൊണ്ട് നമ്മളുടെ ഇടയിൽ നാം ഉണ്ടാക്കിയെടുക്കണം എന്നാണ് അതിന്റെ അർത്ഥം. കപ്യാരെ ബാക്കി ഒന്ന് പറഞ്ഞേ."

"വറീത് എണീറ്റ് ഈ കസേരയിൽ ഇരിക്കൂ. ഇല്ലെങ്കിൽ കാലൻ കുടയ്ക്ക് അച്ചന്റെ കയ്യിൽ നിന്നും നല്ല കുത്ത് കിട്ടും."

വറീതും എണീറ്റ് ഒരു കസേരയിൽ ഇരുന്നു. എല്ലാവരുമായി ക്ഷേമാന്വേഷണങ്ങളും ഉപദേശങ്ങളും നിർദ്ദേശങ്ങളുമായി മണിക്കൂറുകൾ, ഇതിനിടയിൽ സോഫി കൊണ്ടു വച്ച ചായയും പലഹാരങ്ങളിലുമായി അച്ചനും കപ്യാരും മൽപിടുത്തവും. ഇടയ്ക്ക് തമാശ പറയാനും മടിച്ചില്ലാ.

"കപ്യാരെ മൂഞ്ചി ശരിയായോ?"

"ഉം." ഒരു തരം കളിയാക്കിയ ചോദ്യം പോലെ തോന്നി കപ്യാര് അച്ചനെ നോക്കി.

"ഇതെല്ലാം ഇവിടെ ഉണ്ടാക്കുന്നതാണോ സോഫി."

അച്ചൻ ചോദിച്ചു.

"അതെ അച്ചാ."

"സോഫിയുടെ പലഹാരങ്ങൾ ഒന്നും മോശമല്ലാ കേട്ടോ?"

കപ്യാര് അച്ചനെ വീണ്ടും നോക്കി എന്നിട്ട് ചോദിച്ചു. "അച്ചാ നെറ്റിയുടെ വേദന മാറിയോ.

"ഉം..."

"പക്ഷെ ഇപ്പോഴും മുഴച്ച് നിൽക്കുന്നുണ്ട്."

"കപ്യാരെ താഴെ കളയാതെ തിന്ന്."

"ഉം... അച്ചനാണല്ലോ കൂടുതലും താഴെ കളയുന്നത്. "കപ്യാരെ മണിയടിച്ചാൽ പോരെ ശിശ്രൂഷയും ചെയ്യണോ?. ആ സോഫി ഇതുപോലെ പലഹാരങ്ങൾ ഉണ്ടാക്കി കുറച്ച് എനിക്കും മിഷിൻ വീട്ടിൽ കൊണ്ടു തായോ ചായ ഉണ്ടാക്കി കഴിച്ചോളാം.

"പ്പൂം... ചായ ഗ്ലാസ് മോന്തി കൊണ്ടിരുന്ന കപ്യാരുടെ വായിൽ നിന്നും ഒരു ശബ്ദവും സ്പ്രേ പോലെ ചായ തെറിക്കലും."

അച്ചൻ കപ്യാരുടെ നെറുകയിൽ കൈ തട്ടികൊണ്ടു പറഞ്ഞു.

"കപ്യാരെ ഞാൻ ആദ്യമേ പറഞ്ഞില്ലായിരുന്നു." കപ്യാര് മനസിൽ പറഞ്ഞു. അച്ചൻ ഇതു പോലെ കോമഡി പറഞ്ഞാൽ ചായ ശിരസിൽ കയറാതിരിക്കുമോ? പലഹാരങ്ങൾ ഉണ്ടാക്കി കൊണ്ട്

ഇടയ്ക്ക് മിഷിൻ വീട്ടിലേക്ക് വരാൻ. അരമനകളും കുമ്പസാര കൂടുകളും ജനം മറന്നിട്ടില്ലാ അച്ചോ.

അങ്ങനെ ഒടുവിൽ എല്ലാവരേയും വിളിച്ച് തലയിൽ കൈവച്ച് പ്രാർത്ഥിച്ച് പിരിഞ്ഞു. അച്ചനും കപ്യാരും വെളിയിലേക്കിറങ്ങിയപ്പോൾ പിന്നിൽ വന്ന് വറീതിന്റെ മകൾ പറഞ്ഞു.

'അച്ചാ എനിക്ക് ഒരു കാര്യം പറയാനുണ്ട്."

"മിഷിൻ വീട്ടിലേക്ക് വന്നോളൂ."

"ഈശോയേ... "കപ്യാര് അറിയാതെ പറഞ്ഞു.

അല്ലാ അച്ചാ ഞാൻ ഇപ്പോൾ പറയാം.

"എന്നാൽ പറയൂ. കപ്യാരെ."

കപ്യാർ അല്പം അകലെ മാറിനിന്നു. മകൾ പറഞ്ഞു. അച്ചൻ കണ്ടതും കേട്ടതുമല്ലാ സത്യം.
"പിന്നെ."

"പപ്പാ ഇത്തിരി മദ്യപിക്കുന്നു എന്നുള്ളത് ശരിയാ. പപ്പാ ഒരു പ്രശ്നവും ഉണ്ടാക്കാറില്ലാ. ഇതെല്ലാം സമ്പാദിച്ചതും പപ്പ തന്നെയാ. പപ്പ മദ്യപിച്ച് വന്നാൽ കടിക്കാത്ത പട്ടിയുടെ വായിൽ കോലിട്ട് ഇളക്കി കടിമേടിക്കുന്നപോലെയാ മമ്മി. ഒന്നും രണ്ടും പറഞ്ഞ് തുടങ്ങും. സഹികെടു മ്പോൾ പപ്പാ തിരിച്ചും. ആദ്യത്തെ അടി അമ്മയുടെ വക. പപ്പ ചെറുത്ത് നിൽക്കാൻ ശ്രമിക്കും. പക്ഷെ ശ്രമം മാത്രമുള്ളു. അടി കൂടി കഴിയുമ്പോൾ പപ്പാ വെളിയിലേക്ക് ഓടും. കലി തീരാതെ കൈ കിട്ടിയത് വച്ച് അമ്മ പപ്പയെ എറിയും എന്നിട്ട് അമ്മ ഉച്ചത്തിൽ കരയും. അന്വേഷിക്കുന്നവ രാരും എന്താ സംഭവം എന്ന് അന്വേഷിക്കാറില്ലാ. നാട്ടിൽ മുഴുവൻ പറയും പപ്പ വെള്ളമടിച്ച് പ്രശ്നമാണെന്ന്. പപ്പ നാണക്കേട് കാരണം ആരോടും പറയാറില്ലാ. ആദ്യം നന്നാക്കണ്ടത് അമ്മ യെയാണ്.

സിറ്റൗട്ടിൽ അവരെ നോക്കി സോഫിയും മറ്റുള്ളവരും. സോഫിക്ക് മനസിലായി അവൾ എന്തോ അച്ചനോട് പറഞ്ഞു. അവൾക്കല്ലെങ്കിലും അവളുടെ ഈ ഉണക്കതന്തയോടാ ഇഷ്ടം. അച്ചൻ മോളെ പറഞ്ഞ് വിട്ടിട്ട് കൈകാട്ടി സോഫിയെ വിളിച്ചു. അച്ചനെ ധിക്കരിക്കാൻ ആവില്ലാ ത്തതുകൊണ്ട് സോഫി നീങ്ങി വന്നു. ഒപ്പം കപ്യാരും.

സോഫി എപ്പോഴാ പലഹാരങ്ങൾ കൊണ്ട് വരുന്നത്. വരുമ്പോൾ ധൃതിപിടിച്ച് തിരികെ പോരാൻ പാകത്തിന് വരരുത്. ഒന്ന് സംസാരിക്കണം.

കപ്യാര് മനസിൽ പറഞ്ഞു. ദാ കിടക്കണു പിന്നെയും അച്ചൻ ഈ പെണ്ണുങ്ങളെ ഇങ്ങനെ മിഷിൻ വീട്ടിലേക്ക് വിളിക്കുന്നത് എന്താ.

"ഇല്ലാ അച്ചാ ഞാൻ അടുത്താഴ്ച പള്ളിയിൽ വരുമ്പോൾ കൊണ്ടുവരാം."

"മര്യാദയ്ക്ക് വന്നേക്കണം. ഞാൻ കുറച്ച് വെള്ളം പ്രാർത്ഥിച്ച് തരും അതു ഇവിടെ കൊണ്ടു വരണം."

"അതിന് മിഷിൻ വീട്ടിൽ വരണമോ അച്ചാ." സോഫിയും കപ്യാരും ചോദിച്ചു.

'വരണം.... ഞാൻ പറയുന്ന പോലെ അനുസരിക്കണം. ഇല്ലെങ്കിൽ എന്റെ സ്വഭാവം മാറും."

"വരാം അച്ചാ." സോഫി പറഞ്ഞു. പക്ഷെ മനസിൽ മറ്റൊരു തീരുമാനമായിരുന്നു. മകൾ പറഞ്ഞത് ശരിയായിരിക്കാം. പക്ഷെ അരമനയും കുമ്പസാരങ്ങളും പെണ്ണുങ്ങൾ ഒന്ന്

സൂക്ഷിക്കുന്നത് നല്ലതാ. ഇല വന്ന് മുള്ളിൽ വീണാലും മുള്ള് ഇലയിൽ വീണാലും കേട് ഇലയ്ക്ക് തന്നെ. അച്ചൻ പ്രാർത്ഥിച്ച് മിഷിൻ വീട്ടിൽ തരുന്ന വെള്ളം എനിക്ക് വേണ്ടച്ചാ. അത് പള്ളിയിൽ കാണുമ്പോൾ തന്നോളൂ. അരമനമോഹം ആ മനസിൽ വച്ചാൽ മതി.

അച്ചന്റെ സംസാരവും സോഫിയുടെ പ്രതികരണവും മാറി മറിഞ്ഞ് നോക്കിയ കപ്യാർ നിസ ഹായനായി നിന്നു.

എന്നാൽ പോകാം കപ്യാരെ.

പോകാം.

യാത്രയിൽ അച്ചൻ കപ്യാരോടായി.

"എന്താടോ ഈ നാട്ടിൽ ഇപ്പോൾ നടക്കുന്നത്."

"അത് തന്നെയാ ഞാനും ചോദിക്കുന്നത്."

"ഭാര്യയെ ഭർത്താവ് തല്ലുന്നു എന്ന് ധാരാളം കേട്ടിരിക്കുന്നു. ഇവിടെ നേരെ തിരിച്ച്."

"പലയിടത്തും അങ്ങനെ തന്നെയാ, അച്ചൻ പെണ്ണ് കെട്ടിയിരുന്നെങ്കിൽ അറിയുമായിരുന്നു." നല്ല കുടുംബം അത് പവിത്രമാണ്. അതു ഉണ്ടാക്കാൻ പ്രയാസവുമാണ്. ആണായാലും പെണ്ണാ യാലും സ്വയം നന്നാവുക. അതേ പരിഹാരമുള്ളൂ.

"അതെ അച്ചാ. അതെ എനിക്കും അച്ചനോടും പറയാനുള്ളൂ."

സ്വയം നന്നാവുക

കപ്യാര് എന്നെ ഒന്ന് ആക്കിയതാണല്ലേ?

ആണോ.?

***** ശുഭം *****

ഞാൻ

ഇം..........മാ....ാ....

ഹ........ഹ....ഹും......ഹും.......

ഈ കാടിന്റെ സർവ്വാധിപൻ.

ഈ വലിയ മലയിലെ ഉയർന്ന ഗുഹയുടെ ഏകാതിപതി. സർവ്വകാടുകളുടെയും പ്രിയ പുത്രൻ എന്ന് കാലം കുറിക്കപ്പെടുമെന്ന് ഞാൻ വിശ്വസിക്കുന്നു. അതുകൊണ്ട് തന്നെ സർവ്വകാടുകൾക്കും വേണ്ടപ്പെട്ടവൻ എന്ന് എന്നെ വിളിക്കപ്പെടും. ഉന്നതാധികാരി രാജാധി രാജൻ ഹ....ഹ....ഹ.

സർവ്വവംശങ്ങളുടെയും മുന്നിൽ നിൽക്കുന്നവർ, ഗോതമ്പ് നിറത്തോട് കൂടിയവർ, എന്റെ മുഖത്തേക്ക് നോക്കൂ എത്ര സൗന്ദര്യം. പുരികവും രോമവും ജഡകളും എത്ര അഴകാണ്, ഹ.... ഹ.... ഇവിടെ ഞാനും നമ്മളും സർവ്വതിന്റേയും മുന്നിൽ. നമ്മളും നമ്മുടെ വിശ്വാസങ്ങളും, ചിന്തകളും, കാഴ്ചപ്പാടുകളും മാത്രം. അത് മാത്രം മതി ഇനി. ഈ കാട്ടിൽ നമ്മളെ സ്തുതിക്കുന്ന ജീവികൾ മാത്രം. നമുക്ക് വേട്ടയാടി ഭക്ഷിക്കാൻ തിന്ന് തിമിർത്ത് വാഴാൻ അതിന്റെയെല്ലാം മുന്നിൽ നമ്മളും. അല്ലാത്തതൊന്നും ഇനി ഈ കാട്ടിൽ വേണ്ട. നമുക്ക് കീഴ്പ്പെട്ട് കഴിയാൻ പറ്റുന്ന ജീവികൾ മാത്രം. അല്ലാതെ എതിർത്താൽ അത് ഏത് മൃഗമായാലും ഈ കാടിന് പുറത്ത് അതിപ്പോൾ കാട്ട് പോത്തായാലും കരിങ്കുരങ്ങായാലും പുറത്ത് തന്നെ. നമ്മളല്ലാത്ത, നമ്മുടെയല്ലാത്ത ഒരു വംശത്തിന്റെ ശബ്ദം ഇവിടെ ഉയരാൻ പാടില്ല. എതിർക്കുന്ന ഒരു കണ്ണും, കാതും കരങ്ങളും ഇവിടെ വേണ്ട. അത് ഒരു വംശം തന്നെ ഉണ്ടെന്ന് പറഞ്ഞാലും അതിന് ഏത് വർഗ്ഗത്തേയും തരം തിരിച്ച് കൂട്ട് പിടിച്ചിട്ടാണെങ്കിലും. ഏത് തന്ത്രങ്ങൾ മെനഞ്ഞായാലും അവയെ ഇല്ലായ്മ ചെയ്യണം. അതിന് ഏറ്റവും നല്ല ഉപായം അവരിൽ നിന്നും അവരെ തന്നെ ഉപദ്രവിക്കുന്ന ചിതറിക്കാൻ ശേഷിയുള്ളവരെ കൂടെ നിർത്തണം. അതിനായി നാം ഭക്ഷിച്ച് തള്ളുന്ന എല്ലിൻ കഷ്ണം അല്പം മാംസത്തോടെ കാട്ടി കൊതിപ്പിച്ച് കൂടെ നിർത്തണം. പോരാട്ടം എളുപ്പമാകും. അപ്പോൾ സർവ്വ അധികാരങ്ങളും നമ്മുടെ വരുതിയിൽ ആകും. അങ്ങനെ നാം വാഴണം, നാം ഭരിക്കണം. നമ്മുടെ വംശം മുഴുവൻ തലമുറകളായി ഭരിക്കണം. വേണ്ടി വന്നാൽ ഭീഷണിമുഴക്കി ഭയപ്പാടു ഉണ്ടാക്കണം. അതിലും ഒതുങ്ങിയില്ലായെങ്കിൽ കൊന്ന് തിന്നണം.

മരച്ചില്ലകളിലും മറവിലും നിന്ന് കേട്ട് മറ്റു ജീവികൾക്ക് ഒന്നും മനസിലായില്ല. അല്ലെങ്കിൽ തിരിച്ചറിയുവാനുള്ള ബുദ്ധിയില്ലാ. അതും അല്ലെങ്കിൽ എങ്ങനെ ഏത് വിധേന പ്രതികരിക്കണം എന്ന് വിവേകമില്ലാത്തവ, മണ്ടന്മാരായ ജീവികൾ.

ഗുഹാമുഖത്ത് എല്ലാംകേട്ട് കൊണ്ടിരുന്ന മാംസഭുക്കുകളായ മൃഗങ്ങൾ പറഞ്ഞു ശരിയാണ് ഇത് പണ്ടേ നമ്മുടെ സാമ്രാജ്യം ആയിരുന്നു. അതുകൊണ്ട് ഇനി രാജൻ പറയുന്ന പോലെ മതി.

മൃഗരാജൻ ഗുഹയിലേക്കും ബാക്കിയെല്ലാം വേട്ടയ്ക്കായി വെളിയിലേക്കും. കാടിന്റെ സ്വൈര്യം കെടുത്തി ചോരയും മാംസവും ഭക്ഷിച്ച് വാഴ്ചയും ആരംഭിച്ചു. ഒരിക്കലും ഇനി സ്വൈര്യം തിരിച്ചെത്താൻ കഴിയാതെ യാത്ര തുടർന്നു. മറ്റു സഹജീവികൾ പ്രാർത്ഥനയിൽ. കാട് കാടായും, സഹജീവികൾ സഹജീവികളായും ജീവിക്കുന്ന ഒരു കാലം വേഗത്തിൽ സംജാതമാകണമേ.

***** ശുഭം *****

വിദഗ്ധ ചികിത്സ

ആരെല്ലാമോ ചേർന്ന് പൊക്കിയെടുത്ത് മുറിയിൽ കട്ടിലിൽ ഇരുത്തി. വെട്ടിയിട്ട വാഴപോലെ കിടക്കയിലേക്ക് ശ്വാസം വലിക്കാൻ കഴിയുന്നില്ല. ചുറ്റുംനിന്ന സ്ത്രീകൾ നെഞ്ചിലൂടെ തലോടി. ശ്വാസം നെഞ്ചിൽ ഉടക്കി. വത്സലാമ്മ ബോധരഹിതയായി അടുത്തിരുന്ന സ്ത്രീകൾ, മക്കളെ... മക്കളെ ഒന്ന് ഓടിവന്നേ.

സ്ത്രീകൾ മുഖത്ത് വെള്ളം തളിച്ചു. വത്സലാമ്മ ഒന്ന് കണ്ണ് തുറന്നേ... ഇത്തിരി വെള്ളം കുടിച്ചേ... ഇടത്തും വലത്തും ഇരുന്ന സ്ത്രീകൾ അവരുടെ മാറിൽ ചാരിയിരുത്തി. ഇരിക്കാൻ കഴിയുന്നില്ല... ഊർന്ന് താഴേക്ക് എവിടെയോ തളർന്നിരുന്ന മക്കൾ ഓടിയെത്തി.

അമ്മേ.... അമ്മച്ചി എന്താ പറ്റിയത്... വത്സലാമ്മ കണ്ണുകൾ തുറക്കാൻ ശ്രമിച്ചു. കൃഷ്ണമണികൾ ഒഴുകി നടക്കുന്നു... മക്കൾ സങ്കടത്തോടെ വിളിച്ചു. എന്താ അമ്മച്ചി... ആശുപത്രിയിൽ പോണോ?

പോണം മക്കളെ, ചുറ്റും നിന്നവർ പറഞ്ഞു. വെളിയിൽ കിടന്ന ഒരു ഓട്ടോ മുറ്റത്തെത്തി.. വത്സലാമ്മയെയും കൊണ്ട് അടുത്തുള്ള ആശുപത്രിയിലേക്ക്. കൂട്ടത്തിൽ ഉള്ളവർ ഡോക്ടറോട് കാര്യങ്ങൾ പറഞ്ഞു. കാഷ്വാലിറ്റിയിൽ തന്നെ ഒരു ബെഡിൽ ട്രിപ്പിട്ടു. ഒരു ഇൻജെക്ഷനും കൊടുത്തു. വത്സലാമ്മ മയക്കത്തിലേക്ക്. പക്ഷേ ആ മയക്കം കാഴ്ചക്കാർക്ക് മാത്രമായിരുന്നു. വത്സലാമ്മയുടെ ഉൾബോധ മനസ്സ് ഉണർന്നിരുന്നു.

ചെറിയ കുടുംബം, സന്തുഷ്ട കുടുംബം എന്നാണല്ലോ ചൊല്ല്. ഇവിടെയും അത് സത്യമായിരുന്നു. വറീതിന് സ്വന്തമായി കൺസ്ട്രക്ഷൻ വർക്കായിരുന്നു. വത്സലാമ്മയ്ക്ക് മറ്റ് ജോലി ഒന്നുമില്ലായിരുന്നു. ഗൃഹഭരണം മാത്രം. അവർക്ക് സ്വന്തമായി ഭൂമി ഇല്ല. അതിനാൽ തന്നെ വീടും ഇല്ലായിരുന്നു. എന്നാൽ പൂർവ്വീക സ്വത്ത് ഉണ്ടുതാനും. പൂർവ്വീകരായ ചിലരുടെ അസൂയയുടെയും ദുഷ്ടതയുടെയും ഭാഗമായി ആ സ്വത്ത് ഭാഗോടമ്പടി നടന്നിട്ടില്ലാ. ഇന്ന് നാട്ടിൽ ധാരാളം ആളുകൾ അനുഭവിക്കുന്ന ഒരു കാര്യവുമാണ്. പൂർവ്വിക സ്വത്ത് ഉള്ളത് കൊണ്ട് ആർക്കും നിയമപരമായും അല്ലാതെയും ഇറക്കി വിടാൻ കഴിയില്ലല്ലോ. അതുകൊണ്ട് പൂർവ്വിക മണ്ണിൽ തട്ടിക്കൂട്ടി ഉണ്ടാക്കിയ ഒരു വീടായിരുന്നു വറീതിന്റെ. വേദനയോടെ വറീത് പറയുമായിരുന്നു, ഒന്നും സ്വപ്നം കാണാൻ ഇഷ്ടപ്പെടാതെ തെരുവിൽ അന്തിയുറങ്ങുന്നവനേക്കാൾ എത്രയോ വേദനാജനകം. മോഹിക്കാൻ സ്വന്തമായി ഭൂമിയുണ്ട്. അത് ഉള്ളതുകൊണ്ട് തന്നെ സർക്കാരിന്റെ ഒരു ആനുകൂല്യങ്ങളും വാങ്ങിയെടുക്കാൻ സാധിക്കുന്നുമില്ല. ഒന്നും ഇല്ലാത്തവർക്ക് സർക്കാരുണ്ട്. നല്ലവരായ അനേകം മനുഷ്യരുണ്ട്. വറീതിനോ ആ ആനുകൂല്യങ്ങളും ലഭിക്കാറില്ല. മക്കളോ, ര ണ്ടുപേർ പഠിക്കുന്നു. അങ്ങനെ ജീവിതം ഒരിടത്തും കരകയറിയിട്ടില്ല. എന്നാലും ഒന്നിലും പരാതിയോ പരിഭവങ്ങളോ പറയാതെ ഉള്ളത് കൊണ്ട് സന്തോഷമായി ജീവിക്കുന്നു. മാത്രമല്ല നല്ലൊരു ദൈവവിശ്വാസിയും. എല്ലാം ദൈവം നോക്കിക്കൊള്ളും എന്ന ചിന്തയും. ആരെങ്കിലും എപ്പോഴെങ്കിലും എന്തെങ്കിലും ചോദിച്ചാൽ അപ്പോഴേ ബൈബിളിലെ വാക്യങ്ങൾ പറയും. ആകാശത്തിലെ പറവകളെ നോക്കുവിൻ, അവ വിതയ്ക്കുന്നില്ല, കൊയ്യുന്നില്ല, കളപ്പുരകളിൽ ശേഖരിക്കുന്നുമില്ല, പിന്നെയോ, ദൈവം അവയെ പുലർത്തുന്നു. മാത്രമല്ല പിന്നെ സംസാരം നിർത്തുകയുമില്ല. ഡാം തുറന്ന് വിട്ടപോലെ സുവിശേഷം തുടങ്ങും. അബ്രഹാം പിതാവിനെ നോക്കൂ, വിശ്വാസികളുടെ പിതാവല്ലേ? മ്ളേച്ഛന്മാരായ പിതാവിന്റെയും സഹോദരന്മാരുടെയും ഇടയിൽ നിന്ന് ഊർ എന്ന ദേശം വിട്ടല്ലേ ലക്ഷ്യമില്ലാതെ യാത്ര തുടങ്ങിയത്. ഇന്ന് ക്രിസ്തീയ ജീവിത യാത്ര അവസാനിച്ചിട്ടുണ്ടോ, ഇല്ലാ എന്നാണ് അയാളുടെ ഭാഷ്യം. തന്നെയുമല്ല, വലിയ ദൈവവിശ്വാസിയായിട്ടും നൂറ് വയസ്സ് വരെയും കാത്തിരുന്നില്ലേ ഒരു മകൻ ഉണ്ടാവാൻ. ഭാര്യ സാറയോ ഗർഭം ധരിച്ച് ഒരു മകനെ പ്രസവിക്കും എന്ന് ദൂതൻ പറഞ്ഞപ്പോൾ മോണ കാട്ടി ചിരിച്ച് പറഞ്ഞ മറുപടി എന്താ സ്ത്രീകൾക്ക് ഉള്ളത് നിന്ന് പോയിരിക്കുന്നു, പിന്നെ എങ്ങനെ പ്രസവിക്കും. എങ്ങനെ ചോദിക്കാതിരിക്കും, മുത്തച്ഛനും മുത്തശ്ശിയും ആയി ജീവിക്കേണ്ട പ്രായത്തിൽ പ്രസവിക്കുമെന്ന്. അന്നും ഇന്നും ഇത് ആരെങ്കിലും വിശ്വസിക്കുമോ, പക്ഷേ അത് സംഭവിച്ചു എന്നല്ലേ ബൈബിൾ പറയുന്നത്. മാത്രമല്ലാ ഉണ്ടായ മക്കളെ ബലിയർപ്പിക്കാൻ കല്പിക്കുന്ന ദൈവം, ശ്ശൊ എന്തൊരു കഷ്ടം. വിശ്വാസിയായ അബ്രഹാം വാക്ക് പാലിച്ചു. പക്ഷേ ദൈവം വാക്ക് തെറ്റിച്ചു. എന്നിട്ട് പറഞ്ഞതോ, അബ്രഹാമിനെ പരീക്ഷിക്കുകയായിരുന്നു എന്ന്. എന്നാൽ അബ്രഹാമാകട്ടെ ദൈവത്തേക്കാൾ അപ്പുറം മറ്റൊന്നും വിശ്വസിക്കാൻ തയ്യാറുമല്ലായിരുന്നു. അതുപോലെ ഒരു ദൈവവിശ്വാസി യായിരുന്നു വറീതും.

മാത്രമല്ലാ ഈ ഭൂമിയിൽ കുറച്ച് കാലം വന്ന് താമസിച്ച് ജീവിച്ച് തിരികെ പോകുന്നു. മറിച്ച് ഒന്നുമില്ല ആ ജീവിതത്തിൽ. പലതും നമ്മുടെ കൈകളിൽ നോക്കി നടത്താൻ ഏല്പിക്കും. അത് നോക്കി നടത്തുക, അത്രയേ ഉള്ളൂ ഒരു മനുഷ്യൻ. ചിലർ ചെയ്യുന്നത് മറ്റുള്ളവർക്ക് നന്മക്കാ യിരിക്കും. ചിലർ തിരിച്ചും.

എന്നാൽ വറീതും ചില പരീക്ഷണങ്ങളിൽ അകപ്പെട്ടു. നിരാശ ഉണ്ടായി എങ്കിലും പ്രകടിപ്പിച്ചില്ല. മാനസിക വേദനകൾ ഉള്ളിലൊതുക്കി.

വത്സലാമ്മ ആ മയക്കത്തിലും തേങ്ങി. ഇടക്കെല്ലാം ആത്മാവ് വേർപിരിയുന്ന പോലെ എക്കിൾ എടുക്കുമായിരുന്നു. കൂടെ നിന്നവർക്കെല്ലാം ഭയപ്പാടുണ്ടാക്കി. വത്സലാമ്മയും മക്കളെ തനിച്ചാക്കി പോകുകയാണോ?.... അടഞ്ഞിരുന്ന കൺപോളയിലെ പീലികൾ വെള്ള തുള്ളികളാൽ അലംകൃതമായി. നാവുകൾ കുഴഞ്ഞ് പറഞ്ഞു. ഞാൻ.... ഞാനാ കാരണം......

കൺസ്ട്രക്ഷൻ മേഖലയിൽ ജോലി ചെയ്യുന്നതിനിടയിൽ ചുമച്ച് തുപ്പിയപ്പോൾ അല്പം രക്തത്തിന്റെ അംശം ശ്രദ്ധയിൽപ്പെട്ടു. പിന്നെ ചുമച്ച് തുപ്പുന്നത് ശ്രദ്ധിക്കാൻ തുടങ്ങി. അത് പലവട്ടം പല ദിനവും കണ്ടു. ആദ്യം വീട്ടിൽ പറയാൻ മടിച്ചു. പക്ഷേ രക്തം കൂടുതലായി കാണാൻ തുടങ്ങിയപ്പോൾ വീട്ടിൽ പറയാതിരിക്കാൻ പറ്റാതെ വന്നു. വീട്ടുകാരുടെ നിർദ്ദേശപ്രകാരം അടുത്തുള്ള വലിയ ഒരു ഹോസ്പിറ്റലിൽ പേരും പെരുമയും ഉള്ള ഡോക്ടറെ കണ്ടു. നീണ്ട ഒരു ചെക്കപ്പ്. ഫലം നെഗറ്റീവ്. ഒടുവിൽ റിസൾട്ട് നോക്കി ഡോക്ടർ അല്പനേരം മൗനത്തിന് ശേഷം മുഖത്തേക്ക് നോക്കി. ഡോക്ടറുടെ മൗനത്തിലും നോട്ടത്തിലും വറീത് മനസ്സിലാക്കി, ഡോക്ടർ പറഞ്ഞു.

"പുക വലിക്കുമോ?"

"വലിക്കും" ഡോക്ടറോടും വക്കീലിനോടും കള്ളം പറയാൻ പാടില്ലല്ലോ. അയാൾ സത്യം സത്യമായി തന്നെ പറഞ്ഞു.

"ഇനി മരുന്നില്ല"

"ഹും"

"അതെ മരുന്നില്ലാ - പകച്ചിരുന്ന വറീത് പെട്ടെന്ന് ചിരിച്ച് കൊണ്ട് ചോദിച്ചു.
"അപ്പോൾ ഈ പടം ഓടി തീർന്നോ സാർ""
"തീർക്കണോ, വേണ്ടയോ എന്ന് താങ്കൾക്ക് തീരുമാനിക്കാം""
"സാർ, തെളിച്ച് പറയാമോ"
"പുകവലി നിറുത്തിയാൽ നന്ന്. ഇല്ലെങ്കിൽ എന്ത് വേണമെങ്കിലും ആവാം"
ഡോക്ടർ സ്കാനിംഗിലെ ചില വെള്ളപ്പാടുകൾ തൊട്ടുകാണിച്ച് പറഞ്ഞു.

"ശ്വാസകോശം മുഴുവൻ ഈ കാണുന്ന കുരുക്കളാണ്. ഇത് ഒന്ന് ചുമച്ചാൽ പൊട്ടാം. പൊട്ടിയാൽ എന്തും സംഭവിക്കാം. ഇതിന് ചികിത്സ ഇല്ല, പുകവലി നിർത്തുക, അതുമാത്രമേ പോം വഴിയുള്ളൂ. മാത്രമല്ലാ പുകവലിക്കുന്നവരുടെ അടുത്ത് പോലും പോകാതിരിക്കുക"

ഡോക്ടർ കാര്യമായി പറയുന്നു എന്ന് ബോധ്യം വന്ന വറീത് നിരാശയോടെ വീണ്ടും ചോദിച്ചു.

"അപ്പോൾ ഞാൻ ഇനി എത്രകാലം ജീവിച്ചിരിക്കും സാർ"
ഡോക്ടർ കൈമലർത്തി ആംഗ്യം കാട്ടി.

വറീത് വെളിയിലേക്കിറങ്ങി. ചെറുതായി കണ്ണുകൾ ഈറനണിഞ്ഞു. ഡോക്ടറെ കാണാൻ വെളിയിലിരിക്കുന്ന ആളുകൾ കാണാതെ സങ്കടം ഉള്ളിലൊതുക്കി പുറത്തേക്ക് നടന്നു. ചില പാഴ്ജന്മങ്ങൾ

ഇങ്ങനെയാണ്, ജീവിതത്തിൽ വലിയ മോഹങ്ങൾ കാണും. അതിലേക്ക് എത്താൻ കഷ്ടപ്പെട്ടിട്ടുണ്ടാവും. പക്ഷേ എങ്ങും എത്താറില്ല. അവരെ സമൂഹം ചിലപ്പോൾ പരിഹസിച്ചിട്ടുണ്ടാവും. ചിലപ്പോൾ പൂർവ്വിക കർമ്മദോഷങ്ങൾ എന്നും വിളിച്ചിട്ടുണ്ടാവും. എന്തൊക്കെ പറഞ്ഞാലും വിധിയുടെ ബലിയാടുകളായി അവർ ജീവിക്കും. ആലോചിച്ചാൽ ഒരു അന്തവുമില്ല, ആലോചിക്കാതിരുന്നാൽ ഒരു കുന്തവും ഇല്ല എന്നുപറഞ്ഞ് അവർ സ്വയം ആശ്വസിക്കും.

വീട്ടിൽ കാര്യങ്ങൾ പറഞ്ഞു, പക്ഷേ വീട്ടിലുള്ളവർ സാമ്പത്തിക പ്രതിസന്ധി ഉണ്ടെങ്കിലും ചികിത്സ നടത്താൻ തന്നെ തീരുമാനിച്ചു. ജീവിതത്തിൽ കുടുംബത്തിന് വേണ്ടിയും മക്കൾക്ക് വേണ്ടിയും ഒന്നും നാളിതുവരെ സ്വരൂപിക്കാൻ കഴിയാത്തതിന്റെ വിഷമം ആ മനസ്സിൽ പണ്ടേ ഉള്ളതിനാൽ സ്വയം വിലക്കി. പക്ഷേ ഭാര്യയും മക്കളും ചികിത്സിക്കാതിരിക്കാൻ തയ്യാറല്ല. ഒടുവിൽ എല്ലാവരുടെയും തീരുമാന പ്രകാരം അതിലും വലിയ മറ്റൊരു ഹോസ്പിറ്റലിലേക്ക് പൾമനോളജി വിഭാഗത്തിൽ. അവിടെയും പഴയ ടെസ്റ്റുകളുടെ ചെക്കപ്പും, പുതിയ ടെസ്റ്റുകളുടെ നീണ്ടനിരയും. അവിടെ ഒരു ആശ്വാസം അഞ്ച് ദിവസത്തെ മരുന്നുകൾ നൽകി വീട്ടിലേക്ക് വിട്ടു. കുറഞ്ഞില്ലെങ്കിൽ എൻഡോസ്കോപ്പി ചെയ്ത് നോക്കാം. മറുപടി കേട്ട് താൽക്കാലിക ആശ്വാസവുമായി അവർ വെളിയിലേക്ക്.

അപ്പോഴും ആ കണ്ണുകൾ ഈറനണിഞ്ഞു. ഭാര്യ അത് ശ്രദ്ധിച്ചു. ആശ്വാസവാക്കായി പറഞ്ഞു.

''സാരമില്ല, ഇനി പുകവലിക്കാതിരിക്കുക, ഡോക്ടർമാർ പറയുന്നത് അനുസരിക്കണം. എൻഡോസ്കോപ്പി ചെയ്ത് നോക്കിയാൽ തീരാവുന്നതല്ലേ ഉള്ളൂ''

അയാൾ ഭാര്യയെ നോക്കി, പുഞ്ചിരിച്ച് കൊണ്ട് പറഞ്ഞു ''നിങ്ങൾ ഈ ലോകവും കാലവും മനുഷ്യരെയും പഠിച്ചിട്ടില്ല. ഞാൻ പറയുന്നത് ഒന്ന് കേൾക്കൂ''

'എന്ത് കേൾക്കാൻ'

'എനിക്ക് ചികിത്സകൾ വേണ്ട. ഈ അഞ്ച് ദിവസത്തെ മരുന്നുകൾ എന്റെ അസുഖം മാറാൻ തന്നതല്ല. നമ്മുടെ കൈയ്യിൽ ഇന്ന് ഉള്ള പൈ വാങ്ങുക. എന്നിട്ട് ഒരു അഞ്ച് ദിവസത്തെ സമയം നൽകുന്നു. പുതിയ ചികിത്സക്കുള്ള പണം കണ്ടെത്താൻ അല്പം സാവകാശം.

'ഇതാ നിങ്ങളുടെ കുഴപ്പം, എപ്പോഴും നെഗറ്റീവ് ആദ്യം മനസ്സിൽ വരൂ, പൈസ എങ്ങനെയും ഉണ്ടാക്കാം. എത്രയായാലും ചികിത്സ വേണ്ടി വന്നാൽ ചെയ്യാതെ പറ്റില്ല''

'പൈസ ഇല്ലെടി, എങ്ങനെ ഉണ്ടാക്കാനാ, രണ്ട് മക്കളെ ഉണ്ടാക്കി എന്നതല്ലാതെ വേറെ എന്തെങ്കിലും അവർക്ക് വേണ്ടി ഉണ്ടാക്കിയോ' അവരെ എന്നെ വെറുതെ ചികിത്സിക്കാനായി കഷ്ടപ്പെടുത്താനാവില്ലാ'

ഭാര്യ സമ്മതിക്കുന്നില്ല. അവൾ മക്കളെയും എരുകേറ്റും ഉറപ്പ്. ദിവസങ്ങൾ രണ്ടുമൂന്ന് കഴിഞ്ഞു. എല്ലാവരും ഒത്തുചേരുമ്പോൾ തുടർ ചികിത്സയും അതിനാവശ്യമായ പൈസയും കണ്ടെത്തുന്നതിനുള്ള മാർഗ്ഗങ്ങൾ ഇത് മാത്രമായി സംസാരം.

നാലാം നാൾ ഇറയത്ത് ഒരു കസേരയിൽ ചാരിയിരുന്ന് വെളിയിലേക്ക് നോക്കി. വീട്ടിൽ ആ സമയം വത്സലാമ്മയും വറീതും മാത്രം. ഒരു വലിയ മഴ പെയ്ത് മാറിയിരിക്കുന്ന സമയം. വത്സലാമ്മ ഒരു ഗ്ലാസ്സ് കട്ടൻ ചായ അയാൾക്ക് കൊണ്ടുപോയി കൊടുത്തു.

'നിങ്ങൾ എന്നതാ ഇങ്ങനെ ചിന്തിക്കുന്നത്'

വറീത് ചിരിച്ച് കൊണ്ടുപറഞ്ഞു. 'വത്സലാമ്മേ ദാ നോക്കൂ, ഇലകളിൽ നിന്നും ഇറ്റ് വീഴുന്ന മഴതുള്ളികൾ കണ്ടോ'

'കണ്ടു'

അടുത്ത വീട്ടിൽ പെറ്റ് കിടക്കുന്ന പട്ടിയുടെ കുഞ്ഞുങ്ങൾ മുറ്റത്ത് കൂടി നടന്ന് ഗീർവാണം വിട്ട് കുരയ്ക്കുന്ന ശബ്ദം.

'എത്ര രസകരമാണ് നമ്മുടെ ഈ പ്രകൃതി, മഴതുള്ളികൾ ഇറ്റു വീഴുന്നത് കേട്ടിരിക്കാൻ എത്ര രസം. ഇങ്ങനെയെല്ലാം ഇരിക്കുമ്പോഴെ ഇതെല്ലാം നാം ശ്രദ്ധിക്കൂ' ബാലുവിന്റെ വീട്ടിലെ പട്ടി കുഞ്ഞുങ്ങളുടെ കുര കേട്ടോ, എത്ര മനോഹരമാണ് ഈ ആകാവും ഭൂമിയും. ഭൂമിയിലെ ഓരോ ജീവജാലങ്ങളെയും ശ്രദ്ധിക്കൂ, അവയെ മെനഞ്ഞിരിക്കുന്ന രീതികൾ ശ്രദ്ധിക്കൂ. ആണിന്റെയും പെണ്ണിന്റെയും ശരീരം പോലും എത്ര കൃത്യമായിട്ടാണ് സർവ്വേശ്വരൻ മെനഞ്ഞിരിക്കുന്നത്. ഈ അവസ്ഥയിൽ ഇങ്ങനെതന്നെ ആയിരുന്നില്ലായിരുന്നുവെങ്കിൽ എന്ത് പ്രയോജനം.

ആകാശത്ത് നിന്ന് ഭൂമിയിലേക്ക് വരുന്ന ഒരു ആലിപ്പഴം ഭൂമിയിലെത്തി അലിഞ്ഞ് തീരുന്നത് പോലെ ഒരു അമ്മയുടെ ഉദരത്തിൽ നിന്നും ഭൂമിയിലേക്ക് വന്ന് കുറച്ച് കാലം കഴിഞ്ഞ് ഈ മണ്ണിലേക്ക് അലിഞ്ഞ് തീരും, അത്രേയുള്ളൂ മനുഷ്യനും, ജീവജാലങ്ങളും. ആ അല്പകാലം നന്മയോടെ ഭൂമിയെ സ്നേഹിച്ച് തലോടി സഹജീവികളെയും സർവ്വജീവ ജാലങ്ങളെയും പ്രണയിച്ച് തിരിച്ച് പോകേണ്ടവർ മാത്രമാണ് മനുഷ്യർ. അതാണ് മനുഷ്യനിയോഗം. മനുഷ്യനോ നീ ഒന്ന് ചിന്തിച്ച് നോക്കൂ, എന്താണ് കാട്ടിക്കൂട്ടുന്നത്, ഞാനും നീയും നാളെ വെറും മണ്ണാണ്. പിന്നെ എന്തിനാണ് ഈ ആവശ്യമില്ലാത്ത ചിന്ത. ഓടിപാഞ്ഞ് നടക്കുന്നവർ വിദഗ്ധ ചികിത്സക്കായി ആശുപത്രിയിലേക്ക് പോകും. ചികിത്സകൾ തുടങ്ങും. പിന്നെ പിന്നെ നിത്യരോഗി. തുടർചികിത്സ, വീൽചെയറായി, സ്ഥിരം കിടപ്പ് രോഗിയായി കുടുംബത്തിന്റെ സാമ്പത്തിക അണ്ഡം കീറി ഒടുവിൽ മണ്ണിലേക്ക് യാത്രയായി. എല്ലാവന്റെയും ഒടുവിൽ ഇതുതന്നെ. വിദഗ്ധ ചികിത്സ എന്ന ആധുനിക ചികിത്സ എനിക്ക് താത്പര്യമില്ല. അത് മരണത്തിലേക്കുള്ള ചവിട്ടുപടിയാണ്. ഞാൻ ഓടി പാഞ്ഞ് നടന്ന് മരിക്കട്ടെ..

അയാളുടെ വാക്കുകൾ ആരും സ്വീകരിച്ചില്ല. ഭാര്യയുടെയും മക്കളുടെയും നിർബന്ധത്തിന് കീഴങ്ങി ഒടുവിൽ അയാൾ പറഞ്ഞതുപോലെ വിദഗ്ധ ചികിത്സ തുടങ്ങി. എൻഡോസ്കോപ്പിക്ക് ശേഷം പുറംലോകം കണ്ടില്ല. നാളുകളുടെ ചികിത്സയും, മരണവും മണ്ണിലേക്കുള്ള യാത്രയയിപ്പ് കഴിഞ്ഞ് വീട്ടിൽ തിരിച്ചെത്തിയ വത്സലാമ്മ പിന്നീട് കണ്ണുനീർ തോർത്താൻ കഴിയാതെ ഇന്നും ജീവിക്കുന്നു.

************* ശുഭം *****************

കച്ചിതുരുമ്പ്

യുവകോമളൻ സമൂഹത്തിൽ നീതിമാൻ നല്ല പെരുമാറ്റം. നല്ല സംസാരങ്ങൾ, ആരോടും നല്ല ഇടപെടലുകൾ, കുടുംബത്തോട് ആത്മാർത്ഥതയും നീതിയും കടപ്പാടും പുലർത്തണം എന്ന് നിർബന്ധമുള്ളവൻ, മാതാപിതാക്കളെയും സഹോദരി സഹോദരന്മാരെയും കരുതലോടെ സംരക്ഷിക്കുന്നവൻ, തികഞ്ഞ ഈശ്വരവിശ്വാസി, ചപ്പങ്ങ പോലെ ഒരു മധുരകനിയായി മാറിയ നന്മ നിറഞ്ഞവൻ.

ഒരു സെല്ലിന്റെ ഇരുവശങ്ങളെടുത്താൽ ഒന്ന് നെഗറ്റീവും മറ്റേത് പോസറ്റീവും പോലെയാണ് നന്മയും തിന്മയും ഇടകലർന്നതാണ് ജീവിതം. കുന്നുണ്ടെങ്കിൽ താഴ്‌വാരം ഉണ്ട്, കടലുണ്ടെങ്കിൽ അടിത്തട്ടുണ്ട്. എന്നാൽ ജോൺ അത് തിരിച്ചറിഞ്ഞില്ല. തന്റെ മുന്നിൽ നല്ലതും നല്ല സ്വപ്നങ്ങളും മാത്രം. അതുകൊണ്ടുതന്നെ ആ മനസ്സിൽ അയാൾ സ്വയം നല്ല കുട്ടി എന്ന് വിശ്വസിച്ചു. ശരിയാണ് സമൂഹത്തിൽ അയാളോടും മറ്റുള്ളവരോടും ജോൺ കേൾക്കെ അങ്ങനെ പറയുന്നവരും ഉണ്ടായിരുന്നു.

എന്നാൽ ഇതെല്ലാം പറയുമ്പോഴും ബഹുഭൂരിപക്ഷം നെഗറ്റീവ് എനർജിയായി പിന്നിലുണ്ട് എന്ന് ജോൺ മനസ്സിലാക്കാൻ വൈകിപ്പോയി. പിച്ചവെച്ചാണല്ലോ ഒരാൾ നടക്കാൻ ശീലിക്കുന്നത്. ആ നടത്തത്തിൽ വീഴാത്തവരില്ലല്ലോ. ജീവിതപരാജയങ്ങൾ എല്ലാം അതുകൊണ്ടുതന്നെ പരാജയമായി കണ്ടില്ല. ഓരോ വീഴ്ചയിലും മുട്ടിൽ എണീറ്റ് നടക്കാൻ ശീലിച്ചു. തോൽവി വിജയത്തിന്റെ മുന്നോടി എന്ന് മനക്കരുത്ത് ആർജ്ജിക്കുമ്പോഴും പിന്നെയും പിന്നെയും നല്ല മനുഷ്യനായി ജീവിക്കാൻ തിടുക്കം കൂടി കൊണ്ടിരുന്നു. പോരാടിയിട്ടുള്ളവരെ നേടിയിട്ടുള്ളൂ, അതേ കേട്ടറിവുള്ളൂ. ഓരോ ചുവടുകൾ വയ്ക്കുമ്പോഴും അത് തന്നെയായിരുന്നു വിശ്വാസം. എന്നാൽ ഒരു കളിക്കളവും തോറ്റ് വീഴാൻ അനേകർ ഇല്ലാതെ ഒരു പോരാളിയും വിജയിച്ചിട്ടില്ല. തോൽക്കാൻ വിധിക്കപ്പെട്ടവരുടെ കണക്കുകൾ ആരും ഘോഷിക്കാറില്ല. അത് അറിയുന്നത് തോറ്റവർ മാത്രം. സ്വപ്നത്തിലെ നായകനായി സ്വന്തം യോഗ്യതകൾ മനസ്സിലാക്കാതെ അയോഗ്യതകൾ യോഗ്യതകളാക്കി പോർക്കളത്തിൽ പൊരുതിക്കൊ ണ്ടിരുന്നു.

എന്നാൽ തന്റെ ജീവിതത്തിലെ പോസറ്റീവായ മാറ്റങ്ങൾ സ്വന്തത്തിലും ബന്ധത്തിലും കൂട്ടത്തിലും അയൽപക്കത്തും നെഗറ്റീവായി മാറി കൊണ്ടിരുന്നു. അപ്പോഴും ഇതെല്ലാം മനസിലാക്കാതെ എല്ലാവരോടും നന്നായി സംസാരിക്കും, ഇടപെടും. ബഹുമാനിക്കേണ്ടവരെ അങ്ങേയറ്റം ബഹുമാനിക്കും. ആരോഗ്യവും സൗന്ദര്യവും പരിപാലിച്ച്, നല്ല നാടൻ ഭക്ഷണങ്ങൾ കൂടുതലായി ഇഷ്ടപ്പെട്ടിരുന്നു. ആർഭാടമില്ലെങ്കിലും മാന്യമായി വസ്ത്രം ധരിക്കും. ഏത് വസ്ത്രവും തന്റെ ശരീരത്തിന് ഇണങ്ങുമായിരുന്നു. എല്ലാ ചേരുവകളും കൃത്യമായി ചേർത്ത് പാകപ്പെടുത്തുമ്പോഴാണല്ലോ രുചി ഊറും ഭക്ഷണം ഉണ്ടാക്കുന്നത്. അതുപോലെ തന്നെയായിരുന്നു ആ ജീവിതവും. ഇതെല്ലാം അസൂയയുടെ ആക്കം കൂട്ടി. അതിന്റെ ഒന്നാമത്തെ ശബ്ദമാണ്. ചില വീടുകളിലെ സ്ഥിരം സംഭാഷണം. സ്വന്തം വീട്ടിലെ നിരാശകൾ പലപ്പോഴും അയൽപ്പക്കത്തെ വീട്ടിലെ കണ്ണീർകടിയായി മാറുന്ന ആ സംസാരം. ഭർത്താവിനോട്, ഭാര്യയോട്, മക്കളോട് പറയും അവനെ കണ്ട് പഠിക്കാൻ. സത്യത്തിൽ ആ പറച്ചിൽ ആ വ്യക്തിയോടുള്ള സ്നേഹമല്ല മറിച്ച് പക്കാ അസൂയ മാത്രം. ആ പ്രതിസ്ഥാനത്ത് ജോൺ ഉണ്ടായിരുന്നു. അനേകർ അയാളെ ചൂണ്ടി ഈ വാക്കുകൾ പ്രയോഗിക്കുമായിരുന്നു. ജോണിന്റെ കാതിൽ പോലും ധാരാളം ഇത് കേട്ടിരിക്കുന്നു. എന്നാൽ ജോൺ കരുതി ഇത് നല്ല വാക്കുകൾ ആണെന്ന്, സത്യം അങ്ങനല്ലായെന്ന് പിന്നീട് കാലം അയാളെ പഠിപ്പിച്ചു.

ജോൺ ജീവിതത്തിൽ നേടനായി ഇറങ്ങിതിരിച്ചത് എല്ലാം ഒരോന്നായി പരാജയത്തിന്റെ പടുകുഴിയിലേക്ക്. ഒന്നിലും കരകയറാതെ വന്നപ്പോൾ പലതും തിരിച്ചറിയാൻ തുടങ്ങി. എന്നാൽ തിരിച്ചറിയാൻ തുടങ്ങിയപ്പോൾ ഒന്നും തിരിച്ച് പിടിക്കാൻ കഴിയാത്തയത്ര ബാദ്ധ്യതകൾ നിരാശയിൽ നിന്നും നെഗറ്റീവ് ചാർജ്ജുകൾ തിരിച്ചറിയാൻ തുടങ്ങി. ചിരിച്ച മുഖങ്ങൾ നല്ലത് സംഭാക്ഷിച്ചിട്ടുള്ള

നാവുകൾ എല്ലാം കാഞ്ഞിരമര മായിരുന്നോ എന്ന തോന്നൽ. വീടിന്റെയും സ്ഥാപനത്തിന്റെയും മുന്നിലും പിന്നിലും ശുദ്രപ്രവൃത്തിക്കാർ സ്ഥാപിച്ചിരുന്ന ചില വസ്തുക്കൾ കണ്ട് കിട്ടുന്നു. ആ നിരാശയിൽ നിന്നും അയാൾ തീരുമാനിച്ചു എല്ലാം തീർന്നു. ഇനി ഞാൻ കരകയറില്ലാ അത്രമാത്രം. കടബാദ്ധ്യതയിലേക്ക് ജീവിതം ചെന്ന് എത്തിയിരിക്കുന്നു. ആറ്റുനോറ്റ് ഉണ്ടാക്കിയെടുത്ത സ്ഥാപനത്തിൽ വരുമാനമില്ലാ. മറ്റൊരു ഡെവലപ്പ് നടത്താൻ കയ്യിൽ ഇനിയൊന്നുമില്ലാ. കടമായി കിട്ടാൻ ഇടമില്ല. സാദ്ധ്യത ഉള്ളിടത്ത് നിന്നെല്ലാം വാങ്ങി കഴിഞ്ഞു. വിൽക്കാൻ സ്വർണ്ണമില്ലാത്തിടത്ത് എന്ത് പണയം വയ്ക്കാൻ., കുടുംബം പട്ടിണിയിലേക്കും മഴുപട്ടിണിയിലേക്കും. നാളിതുവരെ സ്നേഹിച്ചവർ എല്ലാം അകന്ന് കഴിഞ്ഞു. സഹായിക്കുമെന്ന് പ്രതീക്ഷിച്ചവർ പുറം തിരിഞ്ഞുനിന്ന് പരിഹസിക്കാനും മറന്നില്ല.

സ്വപ്നപദ്ധതിയായ സ്ഥാപനം ഭാര്യ, മക്കൾ കടലിന്റെ നടുവിൽ അകപ്പെട്ട പോലെ ചോദ്യങ്ങളില്ലാ, പ്രതീക്ഷകളില്ലാ മാർഗ്ഗം ഒന്നുമില്ല. താങ്ങാൻ ഭാര്യയും പപ്പാ എന്ന് അക്ഷരസ്ഫുടതയോടെ വിളിക്കാൻ പോലും പ്രായമാകാത്ത മക്കൾ. കണ്ണുകൾ നിറഞ്ഞു. ഊണും ഉറക്കവും നഷ്ടപ്പെട്ടു. ആത്മഹത്യ എന്ന് മനസ് മുളപ്പൊട്ടി. പിന്നെയും ആലോചിച്ചു മറ്റെന്തെങ്കിലും മാർഗ്ഗം. ഇല്ല, ബാദ്ധ്യതകൾ തീർക്കാൻ ഒന്നുമില്ല. ഒന്നുമില്ലായ്മയിൽ നിന്നും ഉറുമ്പ് സ്വരൂപിക്കുന്ന പോലെ സ്വരൂപിച്ചത് എല്ലാം പോയി. അപ്പോഴാണ് ഞാൻ മറ്റൊരു സത്യം കൂടി അറിയുന്നത്. അതെല്ലാം ചിലർക്ക് പറഞ്ഞിട്ടുള്ളതാണ്. നിൽക്കുന്നിടത്ത് ഓരോരുത്തർ നിന്നാൽമതി. അങ്ങനെ പറയുന്ന ഒരു കൂട്ടർ. അവർക്കൊപ്പം സ്വന്തം രക്തവും ആത്മഹത്യ എന്ന ചിന്തക്ക് ആക്കം കൂട്ടി. മരിക്കണം. എല്ലാം കൈവിട്ട് കളഞ്ഞ സ്ഥാപനം ഇനി വേണ്ട, ആ സ്ഥാപനവും ജോൺ എന്ന ഞാനും ഒരുമിച്ച് തീരണം. കാലം കുറിക്കപ്പെടണം. തീരുമാനത്തിൽ ഉറച്ചു. പക്ഷേ വിഷം വാങ്ങാൻ പോലും കാശില്ലാത്തവൻ എങ്ങനെ തീർക്കും. അഞ്ച് ലിറ്റർ പെട്രോൾ ഒരു കന്നാസ്, ഒരു തീപ്പെട്ടി, ഇതിനുള്ള പണം എവിടെ , ആരുടെ മുന്നിൽ ഇനി കൈനീട്ടും.

ഈശ്വരാ ഒരു മലയോളം ആഗ്രഹിച്ചാൽ ഒരു കുന്നോളം തരും എന്ന് വിശ്വസിച്ച എനിക്ക് തെറ്റി. ഇതെങ്കിലും തന്ന് സഹായിക്കൂ. കണ്ണുകൾ നിറഞ്ഞൊഴുകി, വേദന പല രൂപത്തിലും ഭാവത്തിലും സഞ്ചരിക്കാൻ തുടങ്ങി. പെരുവഴിയാകുന്ന ഭാര്യ, മക്കൾ... വല്ലാത്ത അവസ്ഥയിൽ മേശപ്പുറത്തിരുന്ന എട്ടക്ക നമ്പറുകൾ തെളിയുന്ന കാൽക്കുലേറ്ററിൽ വെറുതെ എട്ടക്കങ്ങൾ കുത്തി സ്ക്രീനിൽ മുഴുവനായി കഴിഞ്ഞപ്പോൾ വീട്ടും മൈനസായി എട്ടക്കങ്ങൾ കുത്തി. അത് പല ആവർത്തി ചെയ്തു. ഒടുവിൽ സ്ക്രീനിൽ വെറും എട്ട് മാത്രം. അതിൽ എന്തോ വിചിത്ര ആഭാസമായി തോന്നി. എന്നാൽ എങ്ങനെയാണ് അത് സംഭവിച്ചത് എന്നറിയില്ല. 1895 ൽ സർ വിൽഹെം കോൺറാഡ്റോൺഗൻ എന്ന ജർമ്മൻ ശാസ്ത്രജ്ഞൻ എക്സറേ കണ്ടുപിടിച്ചതിന് സമാനമായി. പലവട്ടം ആലോചിച്ചു, ഞാൻ പോലും അറിയാതെ ആത്മഹത്യ എന്ന ചിന്ത മനസ്സിൽ നിന്നും മാറി കണക്കിലേക്ക് ചിന്തിക്കാൻ തുടങ്ങി. ഏകദേശ ഓർമ്മയിൽ നിന്ന് ഒമ്പത് മുതൽ താഴേയ്ക്കുള്ള എട്ട് അക്കങ്ങൾ അമർത്തി. എട്ട് അക്കങ്ങൾ കഴിഞ്ഞപ്പോൾ സ്ക്രീൻ നിറഞ്ഞു. കാൽകുലേറ്ററിലെ നെഗറ്റീവ് ബട്ടണിൽ അമർത്തി. ഒന്ന് മുതൽ മുകളിലേക്കുള്ള എട്ട് വരെ. അതെ ആവർത്തി എട്ട് പ്രാവശ്യം ചെയ്തപ്പോൾ ഒരു എട്ട് എന്ന അക്കം മാത്രം. പരീക്ഷണം പലവട്ടം ആവർത്തിച്ചു. അതെ അത് തന്നെ ഉത്തരം. സാഹസം ഉപേക്ഷിച്ചില്ല.

മരണമെന്നത് പേടിതൂറ ൻ മാർക്ക് പറഞ്ഞിട്ടില്ലാത്ത കാര്യം അല്ലെങ്കിൽ നാം തീരുമാനിച്ചാൽ ഒടുങ്ങുന്നതല്ല മനുഷ്യായുസ് എന്ന സത്യം ഓർത്തില്ല. എല്ലാം മറന്ന് കണക്ക് എന്ന ആ വലിയ ചിന്തയിലേക്ക് മനസ്സ് അടുത്ത് കഴിഞ്ഞു. സ്ഥാപന ത്തിൽ ഇരുന്നും വീട്ടിൽ വന്നും ആ കണക്ക് പല ആവർത്തി പേപ്പറിൽ എഴുതി ശരിയാണോ എന്ന് ഒത്തുനോക്കി. അതെ അത് ശരിയാണ്. കണക്കിനെ കുറിച്ച് വെറും പത്താം ക്ലാസ്സുകാരന് എന്തറിയാം. പട്ടിക്ക് മുഴുവൻ തേങ്ങ കിട്ടിയതുപോലെ എന്ന പഴഞ്ചൊല്ല് ഓർത്തു. മുന്നോട്ട് ഒന്നും അറിയില്ല. സ്ഥിരമായി തന്റെ അടുത്ത് വരുന്ന ഒരു പത്രപ്രവർത്തകൻ ഉണ്ടായിരുന്നു. അയാളോട് കാര്യങ്ങൾ പറഞ്ഞു. കേട്ടപാതി കേൾക്കാത്ത പാതി അയാൾ എന്നെയും കൂട്ടി ഇന്റർനെറ്റ് കഫേയിൽ. പലരീതിയിലും കണക്ക് വെളിപ്പെടുത്താതെ പരിശോധിച്ചു. ഉത്തരമില്ല. ഒടുവിൽ കഫേ നടത്തുന്ന ആ പയ്യൻ പറഞ്ഞു. നിങ്ങളുടെ കണക്ക് കൊടുത്തിട്ട് ഇങ്ങനെ ഒരു കണക്ക് ഉണ്ടോ എന്ന് ചോദിക്കാം എന്ന്. മനസ്സ് ഒന്ന് പിണഞ്ഞു. ആരെയും വിശ്വസിക്കാൻ കൊള്ളാത്ത കാലം.

അത് നന്നായി അനുഭവിക്കുന്ന നാളുകൾ. അല്ലെങ്കിലും മുന്നോട്ട് യാത്രയില്ലാതെ നിൽക്കുന്ന ഞാൻ യാത്ര ചെയ്യാൻ തീരുമാനിച്ചു. കണക്ക് അതേപടി കമ്പ്യൂട്ടറിൽ കൊടുത്തു. താമസമില്ലാതെ കമ്പ്യൂട്ടർ സോറി പറഞ്ഞു. അങ്ങനെ അംഗീകരിക്കപ്പെട്ട ഒരു കണക്ക് ഇല്ലത്രെ. പ്രതീക്ഷകൾക്ക് ആക്കം കൂടി. ഒരു രാത്രിയുടെ യാമങ്ങൾ സന്തോഷകരമായി ഉറങ്ങി. പിറ്റേന്ന് ആ പത്രപ്രവർത്തകന്റെ പത്രത്തിൽ ഫോട്ടോ സഹിതം വാർത്ത. കണക്കിലെ കളികളുമായി ജോൺ. പക്ഷേ പിന്നീട് ഒരിഞ്ച് പോലും മുന്നോട്ട് ഒന്നും ചെയ്യാൻ അറിയില്ല, ചെയ്യാൻ സാധിച്ചുമില്ല. ആ മരണവെപ്രാളത്തിൽ നിന്നും ഒരു കരകയറ്റം മാത്രം. ആ പ്രതീക്ഷകൾ വർഷങ്ങളോളം മുന്നോട്ട് ജീവിക്കാൻ പ്രേരിപ്പിച്ചു. സ്ഥാപനം കടബാദ്ധ്യതയായി ജപ്തി ചെയ്തുപോയി. അരിക്കാശിന് കൂലിപ്പണി ക്കിറങ്ങി. ആ കണക്ക് എന്ന ഗർഭം ഒഴിയാൻ പലവഴി ആലോചിച്ചു. അടുപ്പമുള്ള പലരോടും കടം കഥയായി ചോദിച്ചു. ചോദ്യം ഇത്രമാത്രം. എട്ട് അക്ക സംഖ്യയെ എട്ട് അക്ക സംഖ്യ ഉപയോഗിച്ച് എട്ട് പ്രാവശ്യം കുറച്ചാൽ വെറും എട്ട് മാത്രം കിട്ടും കണ്ടുപിടിച്ച് തന്നാൽ ചിലവ് ചെയ്യാൻ തയ്യാറായി, വെല്ലുവിളികൾ നടത്തി. എന്നാൽ ഒരു നിബന്ധന കൂടി ഉണ്ട്. എണ്ണൽ സംഖ്യ എന്ന് പറയുന്നത് ഒന്നു മുതൽ ഒൻപത് വരെ മാത്രം. പൂജ്യം ഇന്ത്യക്കാരൻ കണ്ടുപിടിച്ചത് കൊണ്ട് കുറേ പൂജ്യം എഴുതി എളുപ്പത്തിൽ കണ്ടുപിടിക്കാം എന്ന് കരുതണ്ട. കുറയ്ക്കുന്ന സംഖ്യയും കുറയ്ക്കാൻ ഉപയോഗിക്കുന്ന സംഖ്യയിലും പൂജ്യം എഴുതരുത്. എന്നാൽ കുറച്ച് കിട്ടുന്ന സംഖ്യയിൽ പൂജ്യം വന്നേക്കാം. എന്തോ ഏതോ നാളിതുവരെയും ഗണിത ശാസ്ത്രത്തിൽ ആരും തെളിയിച്ച് എന്റെ മുന്നിൽ എത്തിയില്ല.

കാലങ്ങൾക്കൊടുവിൽ ഞാൻ തന്നെ പുറംലോകത്തോട് പറയാൻ തീരുമാനിച്ചു. അപ്പോഴും ചോദ്യം, എങ്ങനെ? ആലോചനയിൽ വീടിനടുത്തുള്ള പീച്ചിനാംമുകൾ എൽ. പി സ്കൂളിന്റെ വാർഷികത്തിന് പൊതുവേദിയിൽ ചെയ്യാൻ തയ്യാറായി. കഴുകൻ കോഴിക്കുഞ്ഞിനെ വട്ടമിട്ട് പറക്കുന്നപോലെ അസൂയക്കാരും എന്റെ ശത്രുക്കളും പരിഹസിക്കാൻ പഴുത് നോക്കി ഏറ്റവും മുൻനിരയിൽ പേപ്പറും പേനയുമായി കാത്തിരുന്നു. അതുവരെയും കാൽമുട്ടുകൾ കൂട്ടിമുട്ടുമാറ് വിറച്ച് കൊണ്ടിരുന്ന ഞാൻ യോർദാൻ നദിയിൽ സ്നാനപ്പെടുവാൻ യോഹന്നാൻ സ്നാപകന്റെ മുന്നിൽ എത്തിയ യേശുക്രിസതുവിന് പ്രാവിന്റെ രൂപത്തിൽ പ്രത്യക്ഷപ്പെട്ട ദൈവശബ്ദം പോലെ ഇവൻ എന്റെ പ്രിയപുത്രൻ എന്ന് പറഞ്ഞതുപോലെ എന്നിൽ എവിടെ നിന്നോ ഒരു ശക്തി ഇറങ്ങി വന്നു. വളരെ ലളിതമായി ഞാൻ കണക്കുകൾ ബോർഡിൽ എഴുതി. വിവരങ്ങൾ പറഞ്ഞ് മനോഹരമാക്കി. കാറ്റ് അഴിച്ചുവിട്ട ബലൂൺപോലെ മുൻനിരയിൽ കാത്തുനിന്ന ശത്രുക്കൾ വാലും ചുരുട്ടി പോയി കളഞ്ഞു.

ബോർഡിൽ നിരത്തിയ ആ കണക്കുകൾ നിങ്ങൾക്കും കാണണ്ടേ? നമുക്ക് കണ്ടേക്കാം.

9 8 7 6 5 4 3 2 - ഇതാണ് കാൽക്കുലേറ്റർ നൽകിയ ഒന്നാം അക്കങ്ങൾ. 1 2 3 4 5 6 7 8 ഇതാണ് കുറച്ച അക്കങ്ങൾ. ഈ മാജിക്ക് മുഴുവനായി കാണണ്ടേ? നോക്കാം.

9 8 7 6 5 4 3 2	
1 2 3 4 5 6 7 8	ഒന്നാം വട്ടം
8 6 4 1 9 7 5 4	
1 2 3 4 5 6 7 8	രണ്ടാം വട്ടം
7 4 0 7 4 0 7 6	
1 2 3 4 5 6 7 8	മൂന്നാം വട്ടം
6 1 7 2 8 3 9 8	
1 2 3 4 5 6 7 8	നാലാം വട്ടം
4 9 3 8 2 7 2 0	
1 2 3 4 5 6 7 8	അഞ്ചാം വട്ടം
3 7 0 3 7 0 4 2	
1 2 3 4 5 6 7 8	ആറാം വട്ടം
2 4 6 9 1 3 6 4	

12345678 ഏഴാം വട്ടം

12345686

12345678 എട്ടാം വട്ടം

8 ഉത്തരം

ഇതായിരുന്നു. ആ ഗർഭം ഞാ ൻ അന്ന് പ്രസവിച്ചു. പക്ഷേ മറുപിള്ള പോലെ പിന്നെയും കണക്കുകൾ പിറന്നു. എട്ട് ആക്കം മാത്രമല്ല. ഇതുപോലെ ഒരു അക്കസംഖ്യയെ ഒരു അക്ക സംഖ്യ ഉപയോഗിച്ച് എട്ട് പ്രാവശ്യം കുറച്ചാൽ ഒന്നും, ഒൻപത് അക്ക സംഖ്യയെ ഒൻപത് അക്ക സംഖ്യ ഉപയോഗിച്ച് എട്ട് പ്രാവശ്യം കുറച്ചാൽ വെറും ഒൻപതും കിട്ടും. മാത്രമല്ലാ ഇങ്ങനെ ഒന്നു മുതൽ ഒൻപത് വരെയും ഉള്ള എല്ലാ അക്കങ്ങളിലും സാദ്ധ്യമാണ്.

പക്ഷേ കുറയ്ക്കുന്നത് എട്ട് പ്രാവശ്യം മാത്രമേ സാധിക്കൂ. ഉദാഹരണത്തിനായി ഒരു കണക്ക് കൂടി തരാം. നാല് അക്ക സംഖ്യ ഉപയോഗിച്ച് എട്ട് പ്രാവശ്യം കുറച്ചാൽ വെറും നാല് മാത്രം ലഭിക്കും കാണാം.

9876

1234 ഒന്നാം വട്ടം

8642

1234 രണ്ടാം വട്ടം

7408

1234 മൂന്നാം വട്ടം

6174

1234 നാലാം വട്ടം

4940

1234 അഞ്ചാം വട്ടം

3706

1234 ആറാം വട്ടം

2472

1234 ഏഴാം വട്ടം

1238

1234 എട്ടാം വട്ടം

4

പിന്നെയും രസകരമായ കണക്കുകൾ എന്റെ കൈകളിൽ അവശേഷിക്കുന്നു. ഒരു ആയുസ് ഒടുക്കാൻ തീരുമാനിച്ചിരുന്ന ഞാൻ കാൽക്കുലേറ്റർ എന്ന ആ കച്ചിതുരുമ്പ് കാത്ത് സൂക്ഷിച്ചു. ഇന്നും പ്രയാസങ്ങളും പ്രതികൂലങ്ങളുമായി ഞാൻ ജീവിക്കുന്നു. കണക്കുകൾ വെറും കഥകളുമായി.

************ *ശുഭം* *************

www.ingramcontent.com/pod-product-compliance
Lightning Source LLC
LaVergne TN
LVHW090127160826
845673LV00015B/1098

* 9 7 9 8 8 9 6 1 0 7 7 5 0 *